Lehrbuch der vietnamesischen Sprache

VŨ DUY-TỪ'

Lehrbuch der vietnamesischen Sprache

mit Übungen und Lösungen

HELMUT BUSKE VERLAG
HAMBURG

Zu diesem Lehrbuch ist eine Begleitkassette lieferbar. ISBN 3-87548-170-4.

Die Deutsche Bibliothek – CIP-Einheitsaufnahme

Vũ, Duy-Từ':
Lehrbuch der vietnamesischen Sprache : mit Übungen und Lösungen / Vũ, Duy-Từ'. – Hamburg : Buske

Buch. – 2., durchges. Aufl. – 1998
ISBN 3-87548-151-8

© Helmut Buske Verlag GmbH, Hamburg 1998. Alle Rechte, auch die des auszugsweisen Nachdrucks, der fotomechanischen Wiedergabe und der Übersetzung, vorbehalten. Dies betrifft auch die Vervielfältigung und Übertragung einzelner Textabschnitte durch alle Verfahren wie Speicherung und Übertragung auf Papier, Filme, Bänder, Platten und andere Medien, soweit es nicht §§ 53 und 54 URG ausdrücklich gestatten. – Gesamtherstellung: AZ Druck und Datentechnik GmbH, Kempten. Werkdruckpapier: alterungsbeständig nach ANSI-Norm resp. DIN-ISO 9706, hergestellt aus 100 % chlorfrei gebleichtem Zellstoff. Printed in Germany.

VORWORT

Das vorliegende Buch ist aus der Lehrveranstaltung *Einführung in die vietnamesische Sprache* hervorgegangen, die in den letzten Jahren an der Universität Hamburg abgehalten wurde. Das Buch behandelt alle wichtigen grammatischen Probleme des Gegenwartsvietnamesischen, die schwerpunktmäßig und aufeinander aufbauend auf die Lektionen verteilt werden. Gesprochene und geschriebene Sprache werden gleichermaßen berücksichtigt.

Jede Lektion enthält die vier folgenden Teile:

1. Grammatik: Sie wird in regelhafter Form beschrieben und durch Beispielsätze verdeutlicht. Die Beispielsätze verwenden weitgehend bekannte Vokabeln aus vergangenen Lektionen und sind kurz gehalten, um die Konzentration auf die neu zu behandelnden grammatischen Formen zu erleichtern.

2. Übung A: Sie dient sowohl der Erweiterung als auch der Wiederholung von Sprechsituationen. Die im Text erscheinenden neuen Wörter — etwa zwanzig — sind in den aufgeführten VOKABELN zu finden. Ein im Anhang befindliches WORT-REGISTER soll helfen, vergessene bekannte Vokabeln nachzuschlagen.

Zur ÜBUNG A wird eine Cassette angeboten.

3. Vokabeln: Die jeweils in jeder Lektion aufgeführten VOKABELN beschränken sich in erster Linie auf die im Text vorkommende Bedeutung.

4. Übung B: Ihr liegen in der Hauptsache die neuen grammatischen Erscheinungen zugrunde. Sie ist so verfaßt, daß sie vom Lernenden bei Beherrschung des vorangegangenen Stoffes ohne weiteres zu lösen ist. Die im Anhang befindlichen LÖSUNGEN sollen vom Lernenden nur nach eigenem Lösungsversuch nachgeschlagen werden; andernfalls wird der Lernprozeß erheblich gestört, was den Lernerfolg dann in Frage stellt.

Für die Durcharbeitung jeder Lektion sind mindestens zwei Arbeitsstunden anzusetzen.

Die eigentliche Erforschung der vietnamesischen Sprache in ihrer spezifischen Struktur hat erst in jüngerer Zeit begonnen. Für Hinweise und Anregungen im Hinblick auf mögliche Lösungen und Verbesserungen ist der Verfasser sehr dankbar.

V.D.T.

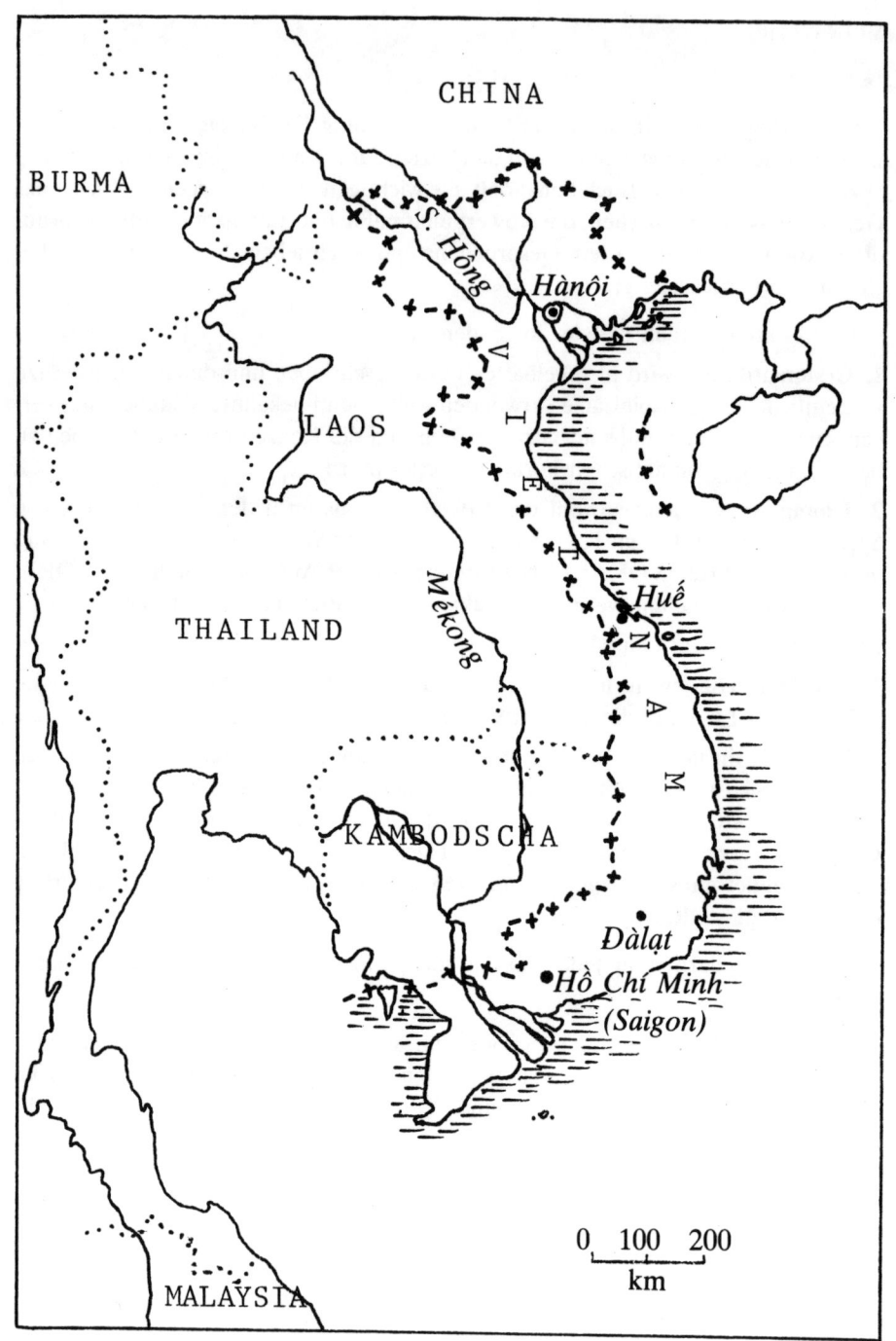

Vietnam und seine Nachbarn

INHALTSVERZEICHNIS

Einleitung		11
A. Zur Sprache und Schrift in Vietnam		11
B. Zur Struktur des Vietnamesischen		12
C. Zur Aussprache		14
D. Liste der Endsilben		18
Abkürzungen		24
Lektionen		25
Lektion 1:	Der Satz mit Nominalprädikat	27
	Der Satz mit Verbalprädikat	27
Lektion 2:	Das Demonstrativpronomen	30
	Der Klassifikator	30
Lektion 3:	Grundzahlwörter I (1 bis 99)	34
	Das Adverb	35
Lektion 4:	Personalpronomen I	38
	Der Alternativfragesatz in der Form „*Auss + Neg"	38
Lektion 5:	Das Attributivhilfswort *của*	41
	Die Substantivgruppe	42
	Personalpronomen II	42
Lektion 6:	Der Satz mit Adjektivprädikat	45
	Personalpronomen III	47
Lektion 7:	Der Fragesatz mit Interrogativpronomen	50
	Die Pluralbildung mit *các* und *những*	52
Lektion 8:	Verbalkonstruktionen als verschiedene Satzteile	55
	Verbalkonstruktionen mit *là*	56
Lektion 9:	Subjekt-Prädikat-Konstruktionen als verschiedene Satzteile	59
	Der Alternativfragesatz in der Form „*(có) phải* + Auss + *không*"	60
Lektion 10:	Der Fragesatz mit Finalpartikel	63
	Zeitangaben	64
Lektion 11:	Das Lokativhilfswort *ở*	67
	Lokativpronomen	68
Lektion 12:	Einfache und zusammengesetzte Lokativsubstantive	71
Lektion 13:	Der Verbalsatz mit mehreren Prädikaten	75
Lektion 14:	Zeitaspekte der Handlung	79
	Der Aspekt der Vollendung	80
	Die Verneinung der Aspekte	80
Lektion 15:	Die Gegenüberstellung von Zeitaspekten der Handlungen	84
	Weitere Verwendbarkeiten von Aspektwörtern	85

Lektion 16:	Das Modalverb	88
	Die adverbiale Bestimmung	89
Lektion 17:	Das Komplement des Grades	92
	Das vorangestellte Objekt	93
Lektion 18:	Das indirekte Objekt	96
	Das Objekt mit *cho*	96
Lektion 19:	Das Objekt mit *với*	100
	Das Komplement des Resultats	101
Lektion 20:	Das Richtungsverb	104
	Das Komplement der Richtung	104
Lektion 21:	Besonderheiten bei *lại*	108
	Das Komplement der Möglichkeit *được*	109
Lektion 22:	Das Doppelfunktionswort	112
	Aufforderungssätze	112
Lektion 23:	Das Passiv	116
	Die passivische Umbildung	117
Lektion 24:	Das Zählwort des Substantivs	120
	Das Zählwort des Verbs	120
Lektion 25:	Die Verdoppelung des Verbs	124
	Die Verdoppelung des Substantivs	125
	Die Verdoppelung des Zählworts	125
Lektion 26:	Die Verdoppelung des Adjektivs	128
Lektion 27:	Grundzahlwörter II (ab 100)	132
	Die Bruchzahl und der Dezimalbruch	132
Lektion 28:	Die Ordnungszahlwörter	136
	Das Datum	136
Lektion 29:	Adverbiale Bestimmungen der Zeit	140
	Die Uhrzeit	141
Lektion 30:	Zeitdauerangaben	145
	Die Bezeichnung unbestimmter Mengen	146
Lektion 31:	Vergleichssätze	149
	Steigerungsadverbien	150
Lektion 32:	Fragewörter als Indefinitpronomen	154
	Fragewörter als Universalpronomen	155
Lektion 33:	Die Verneinung mit Fragewort	159
	Die Partikel *thì*	160
Lektion 34:	Die Konjunktionen *nhưng* und *mà*	164
	Die Partikel *mà*	164
	Verwendungsmöglichkeiten von *chứ*	165
Lektion 35:	Die Unterordnung von Sätzen	169
	Subordinierende Konjunktionen	169

Inhaltsverzeichnis

Lösungen 175
Wortregister 185
Literaturverzeichnis 195

EINLEITUNG

A. Zur Schrift und Sprache

1. Das Vietnamesische wird gegenwärtig von den über 70 Millionen Einwohnern Vietnams gesprochen und ist die Amts- und Verkehrssprache des Landes. Es ist die Sprache der Ethnie *kinh*, die den Hauptteil der vietnamesischen Bevölkerung stellt. Als Schrift dient das *quốc ngữ,* ein Transkriptionssystem, das das lateinische Alphabet und zusätzliche diakritische Zeichen benutzt.

2. In den früheren Zeiten wurden jedoch in Vietnam mehrere Sprachen und Schriften gebraucht. Dies läßt sich im Zusammenhang mit der eigenen Geschichte des Landes, die von drei großen Perioden charakterisiert wird, verdeutlichen.

(1) *Vom 1. Jh. v. Chr. bis 10. Jh. n. Chr.:* Die Periode der chinesischen Herrschaft. In dieser Periode war *chữ Hán* (wörtlich: die Schrift der Hán, damit war das Chinesische gemeint) Amts- und Bildungssprache in Vietnam. Für das Vietnamesische gab es keine Schrift. Die Literati-Beamten übten somit eine Art von Zweisprachigkeit aus: das Vietnamesische (ohne Schrift) und das Chinesische (Sprache und Schrift).

(2) *Vom 10.–17. Jh.:* Die Periode der nationalen Unabhängigkeit mit gelegentlichen chinesischen Invasionen. Die jahrhundertelange chinesische Herrschaft sowie ihr Abschütteln zeitigten bestimmte Folgen, u.a. auch im linguistischen Bereich. Die Notwendigkeit einer Schrift für die vietnamesischen Wörter, *từ Việt* genannt, wurde ebenso empfunden wie die einer Anlehnung dieser Schrift an chinesische Schriftzeichen. So entstand das *nôm*. Genauso war es mit der Benutzung von chinesischen Lehnwörtern, *từ Hán-Việt* (wörtlich: sino-vietnamesische Wörter) genannt, vor allem für abstrakte Begriffe einerseits, und ihre Leseweise mit vietnamesischer Aussprache andererseits. Indessen blieb *chữ Hán* die Amts- und Bildungssprache des Landes. Zwar hatte Hồ Qúi Ly zu Anfang des 15. Jhs. versucht, das *nôm* in der Verwaltung und in der Bildung einzusetzen. Doch seine Herrschaft dauerte nur wenige Jahre.

(3) *Vom 17. Jh. bis heute:* Das Vietnam des 17. Jhs. war u.a. gekennzeichnet durch die christlich-europäische Einflußnahme, und im linguistischen Bereich durch die Entstehung der lateinischen Transkription des Vietnamesischen, der heutigen *chữ quốc ngữ*. Diese Transkription, entwickelt von europäischen Missionaren verschiedener Nationalität in Zusammenarbeit mit vietnamesischen Geistlichen, war bereits im Jahr 1637 einsatzbereit. Doch blieb sie bis zum Anfang unseres Jahrhunderts außerhalb der katholischen Kreise in Vietnam unbekannt.

Während dieser Zeit war *chữ Hán* weiterhin die Amts- und Bildungssprache Vietnams. Die Anordnung Nguyễn Huệ's gegen Ende des 18. Jhs., *chữ Hán* durch *chữ nôm* abzulösen, wurde nach dem Sturz des Förderers wieder außer Kraft gesetzt. Mittlerweile hatte die in *chữ nôm* geschriebene Literatur die Bedeutung der in *chữ Hán* geschriebenen eingeholt, und sie erreichte mit *Kim Vân Kiều* von NGUYỄN DU zu Anfang des 19. Jhs. ihren Höhepunkt.

Unter der französischen Kolonialverwaltung wurde dann das *quốc ngữ* gefördert, und es verschaffte sich im Jahr 1919 seinen Durchbruch: In diesem Jahr fanden die letzten Examina des alten Prüfungswesens statt.

Die Entwicklung der vietnamesischen Sprache

Zeitraum	Volkssprache	Amts- und Bildungssprache/n	Schrift/en
111 v.C. –939 n.C.	Vietnamesisch	Chinesisch	Chinesisch
939–1637	Vietnamesisch	Chinesisch	1. Chinesisch 2. Vietnamesisches (ideographisches) *nôm*
1637–1861	Vietnamesisch	Chinesisch	1. Chinesisch 2. *nôm* 3. Vietnamesisches (romanisches) *quốc ngữ*
1861–1945	Vietnamesisch	1. Chinesisch 2. Französisch 3. Vietnamesisch	1. Chinesisch 2. *nôm* 3. *quốc ngữ* 4. Französisch
1945–heute	Vietnamesisch	Vietnamesisch	*quốc ngữ*

B. Zur Struktur der vietnamesischen Sprache

Das Vietnamesische gehört zur Gruppe *Việt-Mường* in der austroasiatischen Sprachfamilie, deren Hauptmerkmale die Tonalität, die Einsilbigkeit und die Nicht-Flektierbarkeit sind.

1. Das Vietnamesische ist eine Tonsprache: Jedes Wort hat einen bestimmten Ton, der ein ebenso gleichrangiger Bestandteil des Wortes ist wie die An- und Auslaute. Falsches Aussprechen eines Tons stört die Verständigung oder führt zum Mißverständnis. Es darf daher keine andere Betonung (etwa im Sinne der Satzbetonung im Deutschen) einfließen, die den Ton eines vietnamesischen Wortes verzerren würde.

2. Die meisten vietnamesischen Wörter sind einsilbig. Es gibt aber auch zahlreiche zwei- und mehrsilbige Wörter. Diese müssen zusammengesprochen werden, z. B.

(1) thình lình „plötzlich"; *thình* und *lình* haben einzeln keine Sinnbedeutung.
(2) nho nhỏ „verhältnismäßig klein"; *nhỏ* „klein"
(3) bàn ghế „Tisch"–„Stuhl": „Möbel"
(4) ra đi ô „Radio, Rundfunk"

3. Das Vietnamesische gehört zu den Sprachen ohne Flexion. Die Wörter bleiben grundsätzlich unverändert: Es gibt keine Flexionsformen als Ausdruck bestimmter grammatischer Beziehungen (z. B. Konjugation, Deklination).

Im allgemeinen gilt folgende Regel: Die Wortstellung deutet auf die Wortart und damit den Sinn hin:

3.1. Attributive Ergänzungsbestimmungen stehen hinter dem Beziehungswort, z. B.

(5) bạn cha „Freund"–„Vater": der Freund des Vaters
(6) cha bạn „Vater"–„Freund": der Vater des Freundes

3.2. Die Satzsequenz ist „Subjekt vor Prädikat vor Objekt", z. B.

(7) cha yêu con „Vater"–„lieben"–„Kind": „der Vater liebt sein Kind"
(8) con yêu cha „das Kind liebt seinen Vater"

3.3. Wenn der Zusammenhang bzw. die Sprechsituation nicht eindeutig ist, werden Hilfswörter verwendet, z. B.

(9) ông Kim   *ông* „Herr" oder „Großvater",
                     Kim (Eigenname)
Es kann heißen: (9') „Herr Kim"
oder: (9") „der Großvater von Kim"

(10) ông của Kim „der Großvater von Kim"

3.4. Indessen herrscht im Vietnamesischen eine Sparsamkeitsregel, demzufolge ein Wort weggelassen werden kann und wird, wenn der Bezugsrahmen dies zuläßt, z. B.

(11) Vì Tý hỗn, mẹ nó phạt nó.
„Weil"–„Tý"–„ungezogen sein"–„Mutter"–„er"–„bestrafen"–„er"
„Weil Tý ungezogen war, bestraft ihn seine Mutter"

Der Satz *(11)* kann etwa wie folgt reduziert werden:

(11') Tý hỗn, mẹ nó phạt.

4. Anmerkung zu den chinesischen Lehnwörtern:

4.1. Es gibt im Vietnamesischen eine große Anzahl chinesischer Lehnwörter, *từ Hán-Việt* („sino-vietnamesische Wörter") genannt. Diese sind phonetisch und grammatisch in das vietnamesische System integriert worden, z. B.

(12) xe lửa „Wagen"–„Feuer": „Zug, Eisenbahn"
        (chin. *huǒ-chē* „Feuer"–„Wagen")
(13) nhà văn „Haus"–„Schrift": „Schriftsteller"
        (chin. *wen-jiā* „Schrift"–„Haus")

4.2. Eine Ausnahme hiervon machen Begriffe, die bereits zu einer Einheit verschmolzen sind, z.B.
(14) *dân chủ* (chin. *mín-zhŭ*) „Volk"–„Herr": „Demokratie"
(15) *cộng sản* (chin. *gòng-chăn*) „gemeinsam"–„erzeugen": „Kommunismus".
Sobald es aber um die freie Wortfolge geht, wird die vietnamesische Grammatik angewendet, z.B.
(16) *đảng cộng sản* „Partei"–„Kommunismus": „die kommunistische Partei"
(chin. *gòng-chăn-đăng* „Kommunismus"–„Partei")
Die folgende Tabelle illustriert die unterschiedliche Wortbildung im Chinesischen und im Vietnamesischen sowie den Einfluß des ersten auf das zweite. (Die Pfeile zeigen die Reihenfolge der Wortkomponenten in ihrer Zusammensetzung an.)

	Chinesisch	Sino-Vietnamesisch	abgeleitetes S-V	Vietnamesisch
„Feuer"	huŏ	hỏa		lửa
„Fahrzeug"	chē	xa	xe	tàu

C. Zur Aussprache

Auch wenn das Vietnamesische gegenwärtig in drei Dialekte zerfällt, nämlich in einen nord-, einen mittel- und einen südvietnamesischen, so läßt sich doch eine Standard-Aussprache gemäß der traditionellen Rechtschreibung herausstellen. Sie entspricht dem Dialekt der Region von Hanoi-Namdinh, und wird von den Bewohnern anderer Regionen ohne jede Schwierigkeit verstanden. Im übrigen unterscheiden sich die drei o.g. Dialekte nur in der Aussprache und nicht im Hinblick auf Rechtschreibung und Syntax.

1. Das vietnamesische Alphabet *Schreibweise*

A	a	Đ	đ	K	k	O'	o'	U	u
Ă	ă	E	e	L	l	P	p	U'	u'
Â	â	Ê	ê	M	m	Q	q	V	v
B	b	G	g	N	n	R	r	X	x
C	c	H	h	O	o	S	s	Y	y
D	d	I	i	Ô	ô	T	t		

2. Die vietnamesischen Laute

Die vietnamesischen Wörter setzen sich aus drei Bestandteilen zusammen: den Vokalen, den Konsonanten und den Tönen.
Es gibt nur eine kleine Anzahl Wörter ohne Konsonanten.

2.1. Die Vokale

Im Vietnamesischen gibt es 12 Vokale. Diese sind:

gleich / höher	Zungenposition		
	vorn	in der Mitte	hinten
enge Mundöffnung	i, y	ư	u
mittlere Mundöffnung	ê	ơ	â	ô
breite Mundöffnung	e	a	ă	o

a	/a:/	wie a in Name, z. B. ba „drei"
ă	/a/	wie a in Anfang, z. B. ăn „essen"
â	/ə/	wie e in backen, z. B. cân „wiegen"
e	/ɛ/	wie e in essen, z. B. xe „Wagen"
ê	/e/	wie e in wenig, z. B. kê „(auf)stellen"
i	/i/	wie i in China, z. B. khi „Augenblick"
o	/ɔ/	wie o in Form, z. B. ho „husten"
ô	/o/	wie o in Kopie, z. B. cô „Fräulein"
ơ	/ə:/	wie e in Jacke, z. B. tơ „Seide"
u	/u/	wie u in Nudeln, z. B. thu „Herbst"
ư	/ɯ/	ohne die Lippen vorzuschieben, z. B. thư „Brief"
y	/i:/	z. B. tay „Hand" (≠ tai „Ohr")

2.2. Die Konsonanten

Folgende Konsonanten werden als Initial-(Anfangs-)Konsonanten gebraucht:

b	/b/	wie b in Bahn, z. B. ba „drei"
c, k	/k/	c nicht vor e, ê, i, y; k nur vor e, ê, i, y wie k in Kaffee, z. B. cô „Fräulein", kê „(auf)stellen"
ch	/c/	wie tsch in Tscheche, Zungenrücken jedoch flach auf Gaumenplatte, z. B. cha „Vater"

stimmhaft / stimmlos	Lokalisation der Lautbildung			
Erzeugung	labial	kakuminal	palatal	velar
okklusiv	b- -p	đ-	t-, th- tr- ch-	c-, k-, kh-, q- g-
spirant	ph- v-	x- d-	s- gi-	h-
nasal	m-	n-	nh-	ng-
vibrant		l-	r-	

d	/z/	wie *s* in *S*ahne, z. B. *da* „Haut"
đ	/d/	wie *d* in *D*iplom, z. B. *đi* „gehen"
g, gh	/g/	*g* nicht vor e, ê, i; *gh* nur vor e, ê, i
		wie *g* in *g*eben, z. B. *go* „kämmen" (Wolle); *ghê* „fürchten"
gi	/ʒ/	wie *g* in (franz.) *g*arage, z. B. *giơ* „zeigen"
h	/h/	wie *h* in *h*orten, z. B. *ho* „husten"
kh	/x/	wie *ch* in ko*ch*en, z. B. *khô* „trocken"
l	/l/	wie *l* in *L*aden, z. B. *la* „schreien"
m	/m/	wie *m* in *M*ama, z. B. *ma* „Gespenst"
n	/n/	wie *n* in *N*ord, z. B. *no* „satt"
ng, ngh	/ŋ/	*ng* nicht vor e, ê, i; *ngh* nur vor e, ê, i
		wie *ng* in Bedi*ng*ung, z. B. *ngu* „dumm", *nghe* „hören"
nh	/ɲ/	wie *gn* in (franz.) Kampa*gn*e, z. B. *nho* „Weintraube"
ph	/f/	wie *f* in *F*akultät, z. B. *pha* „mischen"
qu	/kw/	wie *qu* in *qu*älen, z. B. *quê* „Heimat"
r	/r/	wie *r* in *R*arität, z. B. *ra* „hinausgehen"
s	/s/	wie *sch* in *Sch*ornstein, z. B. *so* „vergleichen"
t	/t/	nicht aspiriert, z. B. *to* „groß"
th	/θ/	aspiriert, etwa wie *t* in *T*uch, z. B. *thu* „Herbst"
tr	/ʈ/	Zungenspitze nach hinten biegen, z. B. *tre* „Bambus"
v	/v/	wie *w* in *W*ald, z. B. *va* „stoßen"
x	/s/	wie *s* in E*s*sig, z. B. *xe* „Fahrzeug"

Nur die folgenden acht Konsonanten werden als Final-(End-)Konsonanten gebraucht. Sie sind nicht-explosiv, d. h. sie werden ohne Sprenggeräusch gesprochen:

Einleitung

	labial	kakuminal	palatal	velar
nasal	-m	-n	-nh	-ng
okklusiv	-p	-t	-ch	-c

2.3. Die Töne

Das Vietnamesische hat sechs Töne. Diese sind – nach lexikalischer Reihenfolge:

Name	Zeichen	Beispiel	Charakter
thanh bằng	(kein)	ma „Gespenst"	Mitte eben
thanh huyền	(`)	mà „aber"	tief eben
thanh sắc	(´)	má „Wange"	hoch steigend
thanh nặng	(.)	mạ „Reisschößling"	tief gebrochen
thanh hỏi	(ả)	mả „Grab"	fallend steigend
thanh ngã	(˜)	mã „Pferd"	hoch gebrochen

2.3.1. Graphik der Töne

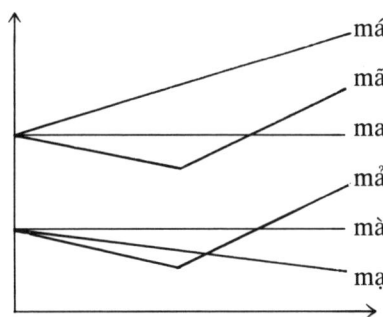

Der Ton *bằng* entspricht der normalen Tonlage des Sprechers. Er bleibt auf dieser Höhe während der Sendung.

Der Ton *huyền* ist tiefer als der Ton *bằng*.

Der Ton *sắc* beginnt auf der Höhe des Tons *bằng* und steigt rasch.

Der Ton *nặng* beginnt auf der Höhe des Tons *huyền*, fällt etwas und wird im Kehlkopf gesprochen.

Der Ton *hỏi* beginnt auf der Höhe des Tons *huyền*, fällt leicht und steigt dann. Er entspricht dem Frageton in einem deutschen Satz.

Der Ton *ngã* beginnt auf der Höhe des Tons *bằng*, fällt etwas, steigt dann und wird im Kehlkopf gesprochen.

2.4. Liste der Diphthonge

	vorn ausgedehnt	hinten ausgedehnt	hinten abgerundet
Final	ia	ư a	ua
Nicht-Final	iê-	ươ-	uô-

D. Liste der Endsilben

(Vokale, Diphthonge und ihre Zusammensetzungen mit Semivokalen und Finalkonsonanten)

	Nord-	Mittel-	Süd-Dialekt
-a	-a:	-a:	-a:
-ac	-a:k	-a:k	-a:k
-ach	-ayk	-at	-at
-ai	-a:y	-a:y	-a:y
-am	-a:m	-a:m	-a:m
-an	-a:n	-a:ŋ	-a:ŋ
-ang	-a:ŋ	-a:ŋ	-a:ŋ
-anh	-ayɲ	-an	-an
-ao	-a:w	-a:w	-a:w
-ap	-a:p	-a:p	-a:p
-at	-a:t	-a:k	-a:k
-au	-aw	-a:w	-a:w
-ay	-ay	-a:y	-a:y
-ăc	-ak	-ak	-ak
-ăm	-am	-am	-am
-ăn	-an	-aŋ	-aŋ
-ăng	-aŋ	-aŋ	-aŋ
-ăp	-ap	-ap	-ap
-ăt	-at	-ak	-ak
-âc	-ək	-ək	-ək
-âm	-əm	-əm	-əm
-ân	-ən	-əŋ	-əŋ
-âng	-əŋ	-əŋ	-əŋ

	Nord-	Mittel-	Süd-Dialekt
-âp	-əp	-əp	-əp
-ât	-ət	-ək	-ək
-âu	-əw	-əw	-əw
-ây	-əy	-əy	-əy
-e	-ɛ	-ɛ	-ɛ
-ec	-ɛk	-ɛk	-ɛk
-em	-ɛm	-ɛm	-ɛm
-en	-ɛn	-ɛŋ	-ɛŋ
-eng	-ɛŋ	-ɛŋ	-ɛŋ
-eo	-ɛw	-ɛw	-ɛw
-ep	-ɛp	-ɛp	-ɛp
-et	-ɛt	-ɛt	-ɛk
-ê	-e	-e	-e
-êch	-əyk	-et	-ət
-êm	-em	-em	-em
-ên	-en	-en	-ən
-ênh	-əyɲ	-en	-ən
-êp	-ep	-ep	-ep
-êt	-et	-et	-ek
-êu	-ew	-ew	-ew
-i	-i	-i	-i
-ia	-iə	-iə	-iə
-ich	-ik	-ɯt	-ɯt
-iêc	-iək	-iək	-iək
-iêm	-iəm	-iəm	-im
-iên	-iən	-iəŋ	-iəŋ
-iêng	-iəŋ	-iəŋ	-iəŋ
-iêp	-iəp	-iəp	-ip
-iêt	-iət	-iək	-iək
-iêu	-iəw	-iw	-iw
-im	-im	-im	-im
-in	-in	-in	-in, -ɯn
-inh	-iɲ	-ɯn	-ɯn
-ip	-ip	-ip	-ip
-it	-it	-it	-it, -ɯt
-iu	-iw	-iw	-iw

	Nord-	Mittel-	Süd-Dialekt
-o	-ɔ	-ɔ	-ɔ
-oa	-waː	-waː	-waː
-oac	-waːk	-waːk	-waːk
-oach	-wayk	-wat	-wat
-oai	-waːy	-waːy	-waːy
-oam	-waːm	-waːm	-waːm
-oan	-waːn	-waːŋ	-waːŋ
-oang	-waːŋ	-waːŋ	-waːŋ
-oanh	-wayɲ	-wan	-wan
-oao	-waːw	-waːw	-waːw
-oat	-waːt	-waːk	-waːk
-oay	-way	-way	-way
-oăc	-wak	-wak	-wak
-oăm	-wam	-wam	-wam
-oăn	-wan	-waŋ	-waŋ
-oăng	-waŋ	-waŋ	-waŋ
-oăt	-wat	-wak	-wak
-oc	-awk	-awk	-awk
-oe	-wɛ	-wɛ	-wɛ
-oen	-wɛn	-wɛŋ	-wɛŋ
-oeo	-wɛw	-wɛw	-wɛw
-oet	-wɛt	-wɛk	-wɛk
-oi	-ɔy	-ɔy	-ɔy
-om	-ɔm	-ɔm	-ɔm
-on	-ɔn	-ɔŋ	-ɔŋ
-ong	-awŋ	-awŋ	-awŋ
-oong	-ɔŋ	-ɔŋ	-ɔŋ
-op	-ɔp	-ɔp	-ɔp
-ot	-ɔt	-ɔk	-ɔk
-ô	-o	-o	-o
-ôc	-əwk	-əwk	-əwk
-ôi	-oy	-oy	-oy
-ôm	-om	-om	-om
-ôn	-on	-oŋ	-oŋ
-ông	-əwŋ	-əwŋ	-əwŋ, awŋ
-ôông	-oŋ	-oŋ	-oŋ
-ôp	-op	-op	-op
-ôt	-ot	-ok	-ok

	Nord-	Mittel-	Süd-Dialekt
-ơ	-ə:	-ə:	-ə:
-ơi	-ə:y	-ə:y	-ə:y
-ơm	-ə:m	-ə:m	-ə:m
-ơn	-ə:n	-ə:ŋ	-ə:ŋ
-ơp	-ə:p	-ə:p	-ə:p
-ơt	-ə:t	-ə:k	-ə:k
-u	-u	-u	-u
-ua	-uə	-uə	-uə
-(q)ua	-wa:	-wa:	-wa:
-(q)uach	-wayk	-wat	-wat
-(q)uai	-wa:y	-wa:y	-wa:y
-(q)uan	-wa:n	-wa:ŋ	-wa:ŋ
-(q)uang	-wa:ŋ	-wa:ŋ	-wa:ŋ
-(q)uanh	-wayɲ	-wan	-wan
-(q)uat	-wa:t	-wa:k	-wa:k
-(q)uay	-way	-way	-way
-(q)uăc	-wak	-wak	-wak
-(q)uăm	-wam	-wam	-wam
-(q)uăn	-wan	-waŋ	-waŋ
-(q)uăng	-waŋ	-waŋ	-waŋ
-(q)uăp	-wap	-wap	-wap
-(q)uăt	-wat	-wak	-wak
-(q)uâc			-wək
-uân	-wən	-wɯŋ	-wɯŋ
-uâng	-wəŋ	-wɯŋ	-wɯŋ
-uât	-wət	-wɯk	-wɯk
-uây	-wəy	-wəy	-wəy
-uc	-uwk	-uwk	-uwk
-(q)ue	-wɛ	-wɛ	-wɛ
-(q)uen	-wɛn	-wɛŋ	-wɛŋ
-(q)ueo	-wɛw	-wɛw	-wɛw
-(q)uet	-wɛt	-wɛt	-wɛk
-uê	-we	-we	-we
-uêch	-wəyk	-wet	-wɯk
-uên	-wen	-wen	-wən
-uênh	-wəyɲ	-wen	-wɯn
-uêt	-wet	-wet	-wek
-ui	-uy	-uy	-uy
-um	-um	-um	-um

	Nord-	Mittel-	Süd-Dialekt
-un	-un	-un	-uŋ
-ung	-uwŋ	-uwŋ	-uwŋ
-uôc	-uək	-wuk	-wuk, -wək
-uôi	-uəy	-uy	-uy
-uôm	-uəm	-uəm	-uəm
-uôn	-uən	-uəŋ	-uəŋ
-uông	-uəŋ	-uəŋ	-uəŋ
-uôt	-uət	-uək	-uək
-uơ	-uə	-wə:	-wə:
-uơn	-uən	-wəŋ	-wəŋ
-uơt		-wək	-wək
-up	-up	-up	-up
-ut	-ut	-uk	-uk
-uy	-wi	-wi	-wi
-uya	-wiə	-wiə	-wiə
-uych	-wik	-wuk	-wuk
-uyên	-wiən	-wiəŋ	-wiəŋ
-uyêt	-wiət	-wiək	-wiək
-uynh	-wiɲ	-wun	-wun
-uyt	-wit	-wut	-wuk
-uyu	-wiw	-wiw	-wuw
-ư'	-ɯ	-ɯ	-ɯ
-ư'a	-ɯə	-ɯə	-ɯə
-ư'c	-ɯk	-ɯk	-ɯk
-ư'i	-ɯy	-ɯy	-ɯy
-ư'n	-ɯn	-ɯŋ	-ɯŋ
-ư'ng	-ɯŋ	-ɯŋ	-ɯŋ
-ư'ơ'c	-ɯək	-ɯək	-ɯək
-ư'ơ'i	-ɯəy	-ɯy	-ɯy
-ư'ơ'm	-ɯəm	-ɯəm	-ɯəm
-ư'ơ'n	-ɯən	-ɯəŋ	-ɯəŋ
-ư'ơ'ng	-ɯəŋ	-ɯəŋ	-ɯəŋ
-ư'ơ'p	-ɯəp	-ɯəp	-ɯəp
-ư'ơ't	-ɯət	-ɯək	-ɯək
-ư'ơ'u	-ɯəw, -iəw	-ɯw	-ɯw
-ư't	-ɯt	-ɯk	-ɯk
-ư'u	-ɯw, -iw	-ɯw	-ɯw

	Nord-	Mittel-	Süd-Dialekt
-y	-i	-i	-i
yêm	iəm	iəm	iəm
yên	iən	iəŋ	iəŋ
yêng	iəŋ	iəŋ	iəŋ
yêt	iət	iək	iək
yêu	iəw	iw	iw

ABKÜRZUNGEN

Adj	Adjektiv
Adv	Adverb
Auss	Aussagesatz
*Auss	bejahender Aussagesatz
DPr	Demonstrativpronomen
Hw	Hilfswort
K	Konjunktion
Kl	Klassifikator
KoV	Komplement des Verbs
LN	Lokativsubstantiv
MV	Modalverb
N	Nomen, Substantiv
Neg	Negationswort
Nu	Numerale, Zahlwort
O	Objekt
P	Prädikat
Pa	Partikel
Pr	Pronomen
PPr	Personalpronomen
S	Subjekt
V	Verb
Zw	Zählwort
( )	die Elemente innerhalb der Klammern können weggelassen werden
→ Ø	die Konstruktion vor diesem Zeichen wird nicht verwendet
a/b	die Elemente sind austauschbar
[a, b]	ein Element innerhalb der Klammern ist zu wählen

LEKTIONEN

Lektion 1

GRAMMATIK

1.1. Der Satz mit Nominalprädikat

1.1.1. Der Satz mit Nominalprädikat besteht aus „Subjekt + Kopula *là* + Prädikatsnomen".
Beispiele:
Đây là Hùng.
„Das ist Hùng."
Đây là Lan.
„Das ist Lan."

1.1.2. Es wird zahlenmäßig nicht gekennzeichnet, wenn in erster Linie vom Wesen der Sache gesprochen wird, z.B.
Đây là sách.
„Das (hier) ist ein Buch."/„Das (hier) sind Bücher."
Đấy là báo.
„Das (da) ist eine Zeitung."/„Das (da) sind Zeitungen."

1.1.3. Das Geschlecht eines bezeichneten Lebewesens wird nicht (z.B. durch ein Bestimmungswort) gekennzeichnet, wenn in erster Linie von seinem Wesen gesprochen wird, z.B.
Hùng là sinh viên.
„Hùng ist Student."
Lan là sinh viên.
„Lan ist Studentin."
Hùng và Lan là sinh viên.
„Hùng und Lan sind Studenten."

1.2. Der Satz mit Verbalprädikat

1.2.1. Die Grundkonstruktion des Satzes mit Verbalprädikat ist „Subjekt + Prädikat (+ Objekt)".
Beispiele:
Lan học.
„Lan lernt."
Hùng mua sách.
„Hùng kauft ein Buch."/„Hùng kauft Bücher."

1.2.2. Bei einer Gruppe von Verben (z. B. *đọc* „lesen") besteht Objektzwang: Wenn die bezogene Größe nicht im Raum steht, muß sie im Satz auftreten, z. B.
Lan đọc báo.
„Lan liest Zeitung."
Hùng đọc sách.
„Hùng liest ein Buch."/„Hùng liest Bücher."

1.2.3. Bei einer anderen Gruppe von Verben bilden Verb und Objekt eine Sinneinheit (z. B. *làm việc* „machen" − „Sache/Arbeit": „arbeiten"); die Konstruktion wird deshalb oft durch ein einzelnes deutsches Verb wiedergegeben, z. B.
Lan làm việc.
„Lan arbeitet."
Hùng và Lan làm việc.
„Hùng und Lan arbeiten."

ÜBUNG A

1. Đây là bàn.
2. Đây là ghế.
3. Đấy là sách.
4. Đấy là sách và báo.
5. Đây là Hùng.
6. Hùng là sinh viên.
7. Hùng và Lan là sinh viên.
8. Đấy là cam và táo.
9. Hùng ăn cam, Lan ăn táo.
10. Lan chép bài, Hùng học bài.
11. Hùng và Lan đọc sách và báo.
12. Hùng và Lan làm việc.
13. Lan mua sách, Hùng mua báo.
14. Hùng chép bài và đọc sách.
15. Lan chép, học và làm bài.

VOKABELN

ăn	essen	Hùng	Personenname (männlich)
bài	Lektion, Schulaufgabe	là	Kopula „sein"
bàn	Tisch	làm	machen, tun, arbeiten
báo	Zeitung, Zeitschrift	Lan	Personenname (weiblich)
cam	Orange	mua	kaufen
chép	aufschreiben	sách	Buch
đây	das (hier), dies	sinh viên	Student(in)
đấy	das (da, dort), jenes	táo	Apfel
đọc	lesen	và	und
ghế	Stuhl	việc	Arbeit, Angelegenheit, Sache
học	lernen		

ÜBUNG B (Lösung s. S. 177)

Übersetzen Sie ins Vietnamesische:

1. Das (hier) ist ein Tisch.
2. Das (hier) sind Stühle.
3. Das (dort) ist eine Zeitung.
4. Das (dort) ist ein Buch.
5. Das (hier) ist Hùng und das (dort) ist Lan.
6. Lan ist (eine) Studentin.
7. Lan und Hùng sind Studenten.
8. Hùng liest eine Zeitung.
9. Lan liest.
10. Lan und Hùng arbeiten.

Lektion 2

GRAMMATIK

2.1. Demonstrativpronomen

2.1.1. Liste der meistgebrauchten Demonstrativpronomen:

nahe	nicht nahe	weit	weit weg
đây		đấy	
này	kia	đó	ấy

2.1.2. *đây* und *đấy* werden in der Regel nur substantivisch, *này* und *ấy* gewöhnlich nur attributiv (hinter einem Substantiv) gebraucht; *kia* und *đó* können beides.

Đây	→	N + *này*
Đấy	→	N + *ấy*
Kia	→	N + *kia*

Beispiele:
Đây là ông Hùng.
„Das (hier) ist Herr Hùng."
Đấy là bà Lan.
„Das (da) ist Frau Lan."
Kia là cô Kim.
„Das (da) ist Fräulein Kim."

Ông này là ông Hùng.
„Dieser (Herr) ist Herr Hùng."
Bà ấy là bà Lan.
„Jene (Frau) ist Frau Lan."
Cô kia là cô Kim.
„Jenes (Fräulein) ist Fräulein Kim."

2.2. Der Klassifikator

2.2.1. Der Klassifikator ordnet ein Substantiv unter eine bestimmte semantische Kategorie (nach Natur, Inhalt, Form, usw.) ein.

2.2.2. Die meistgebrauchten Klassifikatoren sind *con* und *cái*:
con für Tiere, z. B. *con mèo, con chó;*
cái für Pflanzen sowie für viele Gegenstände und Dinge, z. B. *cái cây, cái bàn, cái xe.*

2.2.3. Verschiedene Gruppen von Substantiven haben spezielle Klassifikatoren, z. B. *quyển sách, tờ báo.*

2.2.4. Bei zahlenmäßiger sowie bei individueller (einzelner), möglicherweise demonstrativer Determiniertheit (Bestimmung) einer Größe steht in der Regel ein Klassifikator vor dem Substantiv:

$$
\begin{aligned}
&\text{a) Nu + Kl + N}\\
&\text{b) Nu + Kl + N + DPr}\\
&\text{c) Kl + N + DPr}\\
&\text{d) Kl + N}
\end{aligned}
$$

Beispiele:

a) Tôi mua một quyển sách.
„Ich kaufe *ein* Buch."
b) Tôi mua một quyển sách này.
„Ich kaufe dieses eine Buch."
c) Tôi mua quyển sách này.
„Ich kaufe dieses Buch."
d) Tôi mua quyển sách.
„Ich kaufe das Buch."

In den folgenden Beispielen ist jedoch weder von einer zahlenmäßigen noch von einer individuellen Bestimmung der bezeichneten Größe die Rede. Ein Klassifikator steht daher nicht vor dem Substantiv:
Tôi mua sách.
„Ich kaufe ein Buch."/„Ich kaufe Bücher."
Lan mua sách kia.
„Lan kauft von jenen Büchern."

2.2.5. Die Regel 2.2.4. gilt folglicherweise nicht für Größen, die nicht „numerusfähig" sind oder die nur als Meßeinheiten für eine andere bezeichnete Größe dienen, z. B.
Tôi uống trà này.
„Ich trinke diesen Tee." Oder auch: „Ich trinke von diesem Tee."
Lan uống hai cốc trà này.
„Lan trinkt zwei Tassen von diesem Tee." Oder auch: „Lan trinkt diese zwei Tassen Tee."
Jedoch: *Lan mua hai cái cốc trà này.*
„Lan kauft diese zwei Tee-Tassen."

2.2.6. Eine Gruppe von Substantiven haben selbst die Eigenschaft eines Klassifikators (z. B. *ông, người, việc*): Sie benötigen für sich keinen weiteren Klassifikator, z. B.
Ông này là sinh viên.
„Dieser (Herr) ist ein Student."
Người kia là ông Nguyễn Văn Khuyến.
„Jener (Mensch) da ist Herr Nguyễn Văn Khuyến."

Lan làm việc này.
„Lan macht diese Arbeit."

2.2.7. In der Konstruktion „*cái* + Kl + N (+ DPr)", wobei „Kl ≠ *cái*" ist, bekleidet *cái* die Funktion einer demonstrativen Betonungspartikel, z. B.
Tôi mua cái quyển sách.
„Ich kaufe das Buch."
Lan mua hai cái con mèo kia.
„Lan kauft jene zwei Katzen da."

2.2.8. Der Klassifikator vertritt mit einem attributiv gebrauchten Demonstrativpronomen und/oder einem Zahlwort innerhalb einer Sprechsituation das weggelassene Substantiv, z. B.
Đây là sách. Lan mua một quyển, tôi mua hai quyển này.
„Das (hier) sind Bücher. Lan hat eins gekauft, ich habe diese zwei gekauft."

2.2.9. In den folgenden Beispielen vertritt *cái này* etwa *cái vật này* („dieses Ding"), und *con này* etwa *con vật này* („dieses Tier"); die bezeichneten Größen werden hier individuell bestimmt:
Cái này là cái bàn, cái kia là cái ghế.
„Dieses (Ding) ist ein Tisch, jenes (Ding) da ist ein Stuhl."
Con này là con mèo, con kia là con chó.
„Dieses (Tier) ist eine Katze, jenes (Tier) da ist ein Hund."
Cái này là quyển sách, cái kia là cây bút.
„Dieses (Ding) ist ein Buch, jenes (Ding) da ist ein Schreibstift."

ÜBUNG A

1. *Ông này là ông Hùng, ông kia là ông Khuyến.*
2. *Cái này là cái bàn, cái kia là cái ghế.*
3. *Con này là con mèo, con kia là con chó.*
4. *Đây là cái bàn, đấy là cái ghế.*
5. *Hùng mua cam này.*
6. *Ông Khuyến mua chiếc xe này.*
7. *Hùng ăn cam. Hùng ăn một quả.*
8. *Lan ăn táo. Lan ăn quả này.*
9. *Lan đọc báo và đọc tờ này.*
10. *Đó là từ điển.*
11. *Quyển ấy là một quyển từ điển.*
12. *Đây là cam và táo. Quả này là quả táo.*
13. *Đấy là một chiếc giầy.*
14. *Hùng mua một quyển sách, một tờ báo và hai cây bút.*
15. *Lan mua quyển từ điển này; Lan mua một quyển từ điển này.*

Lektion · Bài 2

VOKABELN

ấy	jene(-r, -s)	mèo	Katze
bút	Schreibgerät, -stift	một	ein(s)
cái	Kl für die Flora, Gegenstände, Dinge, Sachen	này	diese(-r, -s)
		người	Mensch, Person
cây	Baum, Pflanze; Kl für stabartige Gegenstände	ông	Herr; respektvolle Bezeichnung für Männer; Anredewort
chiếc	Kl für Fahrzeuge sowie Stücke eines Satzes	quả	Kl für Früchte, runde Gegenstände
chó	Hund	quyển	Kl für Bücher, Hefte
con	Kl für Tiere, Lebewesen (außer der Flora)	tờ	Kl für Papier, Zeitungen, Schriftstücke
cốc	Glas, Becher	từ điển	Wörterbuch
đó	das (da, dort), jenes; jene(-r, -s)	uống	trinken
giầy	Schuh	xe	Wagen, Fahrzeug
hai	zwei	vật	*cái vật* Ding, Gegenstand; *con vật* Tier, Lebewesen
kia	das (da, dort), jenes; jene(-r, -s)		

ÜBUNG B (Lösung s. S. 177)

I. Übersetzen Sie ins Vietnamesische:

1. Hùng ist *ein* Student.
2. Lan und Hùng sind Studenten.
3. Dies ist *ein* Wörterbuch.
4. Hùng kauft dieses Buch.
5. Dies sind Äpfel und Orangen.
6. Lan ißt *einen* Apfel.
7. Hùng liest diese Zeitung.
8. Hùng trinkt dieses eine Glas.
9. Dies sind Bücher. Dieses ist ein Wörterbuch.
10. Jener Herr ist Herr Khuyến.

II. Setzen Sie einen Kl in die Lücken ein, falls erforderlich:

1. Đây là ... bàn.
2. Đây là một ... bàn.
3. Kia là ... chó.
4. Kia là hai ... chó.
5. Cái này là ... ghế.
6. Hùng đọc ... sách này.
7. Lan mua một ... từ điển.
8. Ông Khuyến mua một ... xe.
9. Hùng uống một ... cốc.
10. Lan mua ... cốc này.

Lektion 3

GRAMMATIK

3.1. Grundzahlwörter I

3.1.1. Tabelle der Grundzahlwörter von 1 bis 99:

× \ +		1	2	3	4	5	6	7	8	9
		một	hai	ba	bốn	năm	sáu	bảy	tám	chín
10	mười	+	+	+	+	lăm	+	+	+	+
20	hai	mười	mốt	+	+	+	+	+	+	+
30	ba	×	+	+	+	+	+	+	+	+
40	bốn	×	+	+	+	+	+	+	+	+
50	năm	×	+	+	+	+	+	+	+	+
60	sáu	×	+	+	+	+	+	+	+	+
70	bảy	×	+	+	+	+	+	+	+	+
80	tám	×	+	+	+	+	+	+	+	+
90	chín	×	+	+	+	+	+	+	+	+

3.1.2. Die Grundzahlwörter von 1 bis 10 sind einsilbig.

3.1.3. Die Grundzahlwörter für höhere Zahlen werden durch Addition und/oder Multiplikation gebildet. Hierbei gibt es eine Anlautveränderung und zwei Tonveränderungen:

3.1.4. Das Zehnerzahlwort ab 20 heißt *mươi* statt *mười*.

3.1.5. Das Grundzahlwort 5 ab 15 heißt *lăm* statt *năm*.

3.1.6. Das Grundzahlwort 1 ab 21 heißt *mốt* statt *một*.

Beispiele:
Mười và mười là hai mươi.
Năm và mười là mười lăm.
Hai mươi và một là hai mươi mốt.

3.2. Das Adverb

3.2.1. Die meisten Adverbien stehen unmittelbar vor dem Prädikat und hinter dem Subjekt. Eine kleinere Gruppe von (Grad-)Adverbien steht hinter dem Prädikat oder am Satzende, z.B.
Tôi cũng mua từ điển.
„Ich kaufe auch ein Wörterbuch."/„Ich kaufe auch Wörterbücher."
Tôi có mua từ điển.
„Ich kaufe (ja) ein Wörterbuch."/„Ich kaufe (ja) Wörterbücher."
Ông Khuyến mua luôn hai cái xe.
„Herr Khuyến kauft gleich zwei Wagen."
Ông Khuyến đọc báo luôn.
„Herr Khuyến liest oft Zeitung.

3.2.2. Bei allgemeiner Verneinung steht weder ein Numerale noch ein Klassifikator vor dem als Objekt gebrauchten Substantiv, z.B.
Tôi không mua sách.
„Ich kaufe kein Buch."
Jedoch: *Tôi không mua quyển sách.*
„Ich kaufe das Buch nicht."
Tôi không mua một quyển sách.
„Ich kaufe nicht (nur) *ein* Buch."

3.2.3. Bei der Verneinung des Satzes mit Nominalprädikat muß noch das Wort *phải* mit dem Wert einer adverbialen Bestimmung vor die Kopula *là* eingeschoben werden:

| S + không phải là + Prädikatsnomen |

z.B.
Cái này không phải là cái bàn.
„Dieses (Ding) ist kein Tisch."
Con này không phải là con mèo.
„Dieses (Tier) ist keine Katze."
Người đó không phải là ông Khuyến.
„Jener (Mensch) ist nicht Herr Khuyến."

3.2.4. Die meisten einsilbigen Adverbien können nicht allein verwendet werden.

ÜBUNG A

1. *1 cộng 5 là 6.*
2. *7 cộng 3 là 10.*
3. *11 cộng 25 là 36.*
4. *37 cộng 24 là 61.*
5. *5 lần 5 là 25.*
6. *9 lần 9 là 81.*
7. *Cái này không phải là cái bàn.*
8. *Đấy không phải là từ điển.*
9. *Ông Khuyến mua sách. Ông mua luôn mười quyển.*
10. *Hùng không mua xe này.*
11. *Lan cũng không mua xe.*
12. *Lan có đọc báo luôn.*
13. *Hùng không bán từ điển.*
14. *Lan cũng không có bán từ điển.*
15. *Bà Khuyến không phải là sinh viên.*

VOKABELN

ba	drei	*lần*	Mal
bà	Dame, (gnädige) Frau; Anredewort	*luôn*	gleich, ohne Umwege; oft, häufig
bán	verkaufen	*mốt*	ein (ab 21)
bảy	sieben	*mươi*	Zehnerzahlwort (ab 20)
bốn	vier	*mười*	zehn
chín	neun	*năm*	fünf
có	prädikative Betonungspartikel; ja	*phải*	richtig, wahrheitsgemäß; zutreffend
cộng	addieren, plus	*sáu*	sechs
cũng	auch	*số*	Zahl, Ziffer (Kl: *con*)
không	nicht, nein	*tám*	acht
lăm	fünf (ab 15)		

ÜBUNG B (Lösung s. S. 177)

I. *Übertragen Sie folgende Aufgaben ins Vietnamesische:*

1. $1 + 2 = 3$
2. $10 + 5 = 15$
3. $2 \times 2 = 4$
4. $15 \times 4 = 60$

5. 24 + 31 = 55
6. 6 × 11 = 66
7. 54 + 21 = 75
8. 6 × 7 = 42
9. 81 + 11 = 92
10. 9 × 9 = 81

II. Übersetzen Sie ins Vietnamesische:

1. Hùng kauft zehn Bücher.
2. Lan kauft keine Zeitung.
3. Hùng verkauft das Wörterbuch nicht.
4. Lan ißt diese eine Orange.
5. Hùng ißt keine zwei Äpfel.
6. Hùng liest oft Zeitung.
7. Dies ist *ein* Schuh.
8. Dies ist das Glas.
9. Herr Khuyến ist kein Student.
10. Dort sind keine zwei Katzen.

Lektion 4

GRAMMATIK

4.1. Personalpronomen I

4.1.1. Die PPr I werden in gesellschaftlichem Rahmen gebraucht.

4.1.2. Das PPr der 1. Person Singular lautet *tôi*.

4.1.3. Für die 2. Person Singular werden entsprechende Anredewörter verwendet, z. B. *ông, bà, cô, anh, chị, em*.

4.1.4. Die Bildung der 3. Person Singular erfolgt durch Hinzufügen des Demonstrativpronomens *ấy* (bzw. *đó*) oder des Wortes *ta* hinter die Anredeform. Bei eindeutiger Sprechsituation kann *ấy* bzw. *đó* oder *ta* auch wegfallen.

4.1.5. Die Pluralbildung der 1. Person erfolgt durch Hinzufügen des Wortes *chúng*, und die der 2. und 3. Person durch das Wort *các* vor die Singularform.

4.1.6. Für die 1. Person Plural gibt es zwei mögliche Formen:
a) das exklusive *chúng tôi* schließt die angesprochene(n) Person(en) aus;
b) das inklusive *chúng ta* schließt die angesprochene(n) Person(en) ein.
Beispiele:
Tôi là sinh viên. Anh là sinh viên. Chúng ta là sinh viên.
„Ich bin Student/in. Du bist Student. Wir sind Studenten."
Các ông không phải là sinh viên. Chúng tôi (Hùng và Lan) là sinh viên.
„Sie sind keine Studenten. Wir (Hùng und Lan) sind Studenten."
Hai (người) chúng tôi là sinh viên.
„Wir beide sind Studenten."
Các anh là sinh viên. Ba chúng tôi cũng là sinh viên. Năm chúng ta là sinh viên.
„Ihr seid Studenten. Wir drei sind auch Studenten. Wir fünf sind Studenten."

4.2. Der Alternativfragesatz in der Form „*Auss + Neg"

4.2.1. Die Grundkonstruktion des Alternativfragesatzes in dieser Form ist „bejahter Aussagesatz + *hay* + verneinter Aussagesatz", z. B.
Ông (có) uống trà hay ông không uống trà?
„Trinken Sie Tee oder trinken Sie keinen Tee?"
Die reduzierte Konstruktion ist „bejahter Aussagesatz + Negationswort" , z. B.

Ông (có) uống trà không?
„Trinken Sie Tee?"
Chị bán từ điển không?
„Verkaufst du dein/e Wörterbuch/Wörterbücher?"

4.2.2. Das Adverb *cũng* tritt gewöhnlich im Fragesatz in dieser Form nicht auf.

4.2.3. Ist der Aussagesatz des Fragesatzes ein Satz mit Nominalprädikat, so muß das Wort *phải* vor die Kopula *là* eingeschoben werden, z.B.

Hùng (có) phải là sinh viên không?
„Ist Hùng Student?"
Cái này (có) phải là cái bàn không?
„Ist dies(es) ein Tisch?"
Con này (có) phải là con mèo không?
„Ist dies eine Katze?"

4.2.4. Als Antwort kann anstelle eines vollen Satzes „*Tôi (có) uống trà*" bzw. „*Tôi không uống trà*" nur „*có*" bzw. „*không*" verwendet werden, was in diesem Zusammenhang einem deutschen „ja" bzw. „nein" entspricht.

4.2.5. Im Verbalsatz kann dasselbe Objekt in einem unmittelbaren Zusammenhang bei Wiederholung ersatzlos wegfallen, z.B.
Anh uống trà không? – Không./Tôi không uống (trà).
„Trinkst du Tee?" – „Nein./Ich trinke keinen Tee."
Chị biết anh sinh viên kia không? – Có./Tôi biết (anh ta).
„Kennst du jenen Studenten da?" – „Ja./Ich kenne ihn."

ÜBUNG A

1. Ông uống trà không?
2. Bà uống cà phê không?
3. Ông hút thuốc này không?
4. Bà mua hoa kia không?
5. Anh phải là sinh viên không?
6. Các anh phải là sinh viên không?
7. Chị mua từ điển không?
8. Chị bán quyển từ điển này không?
9. Các anh biết chị sinh viên kia không?
10. Các chị quen chị ấy không?
11. Các chị và các anh ăn cơm không?
12. Các chị và các anh có hiểu bài 3 không?
13. Chị Lan và anh Hùng phải là hai sinh viên không?

14. *Em ăn bánh không?*
    —Thưa [ông, bà, anh, chị, cô], có.
15. *Các em uống cà phê không?*
    —Thưa [ông, bà, anh, chị, cô], không.

VOKABELN

anh	älterer Bruder; Bezeichnung für gleichrangigen oder jungen Mann; Anredewort	*cơm*	(gekochter) Reis
		em	jüng. Bruder oder Schwester; Bezeichnung für Kind; Anredewort
bánh	Allgemeinbezeichnung für Brot, Kuchen, Gebäck		
		giáo viên	Lehrer; *giáo sư* Professor
biết	wissen, kennen	*hay*	oder (in Frage)
cà phê	Kaffee	*hoa*	Blume
các	Pluralbildner	*hiểu*	verstehen
chị	ältere Schwester; Bezeichnung für gleichrangige oder junge Dame; Anredewort	*hút*	einatmen, absorbieren; *hút thuốc* rauchen
		quen	(gut) kennen
chúng	Pluralbildner	*ta*	Bildner für PPr
chúng ta	wir (inklusiv)	*thuốc*	Tabak, Zigarette; *thuốc lá* Zigarette
chúng tôi	wir (exklusiv)		
cô	Fräulein; Bezeichnung für junge, unverheiratete Frauen; Anredewort	*thưa*	Höflichkeitswort (b. Anrede)
		trà	Tee

ÜBUNG B (Lösung s. S. 177)

Übersetzen Sie ins Vietnamesische (ggf. mit eigenen Antworten):

1. Ist dieses die Lektion 5?
2. Sind Sie Student?
3. Kaufen Sie einen Wagen?
4. Verstehen Sie mich?
5. Wir kennen Sie. Kennen Sie uns?
6. Ich esse keinen Reis. Ißt du Reis?
7. Herr Khuyến ist kein Student. Er ist Lehrer.
8. Fräulein Lan trinkt keinen Kaffee. Sie trinkt Tee.
9. Verkauft Hùng dieses Buch? — Nein, er verkauft jenes Buch nicht.
10. Eßt ihr von diesen Orangen?

Lektion 5

GRAMMATIK

5.1. Das Attributivhilfswort *của*

5.1.1. Substantive, Pronomen und Adjektive können als Attribute unmittelbar hinter einem Substantiv verwendet werden, z. B.
Đây là bàn giáo viên.
„Das (hier) ist ein Lehrertisch."/„Das (hier) sind Lehrertische."
Ông biết anh tôi không?
„Kennen Sie meinen älteren Bruder?"
Bà Khuyến mua một con mèo nhỏ.
„Frau Khuyến kauft *eine* kleine Katze."

5.1.2. Ist das Attribut ein Substantiv oder ein Personalpronomen, kann das Attributivhilfswort *của* verwendet werden, um Besitzverhältnisse klarer hervorzuheben; *của* steht zwischen dem Beziehungswort und dem Attribut, z. B.
Tôi bán cái xe của tôi và mua cái xe của ông.
„Ich verkaufe meinen Wagen und kaufe Ihren (Wagen)."

5.1.3. Das Hilfswort *của* ist erforderlich, wenn die Gefahr eines Mißverständnisses besteht, z. B.
Anh Hùng là giáo viên.
„Hùng ist Lehrer." Oder auch: „Der ältere Bruder von Hùng ist Lehrer."
Jedoch: *Anh của Hùng là giáo viên.*
„Der ältere Bruder von Hùng ist Lehrer."

5.1.4. Ist der Bezugsrahmen eindeutig, so kann *của* das weggelassene Beziehungswort vertreten, z. B.
Quyển từ điển này không phải là (quyển từ điển) của tôi.
„Dieses Wörterbuch ist nicht meins."

5.1.5. Ist der Bezugsrahmen eindeutig, so kann *của* auch das weggelassene Nominalprädikat (Kopula *là* + Prädikatsnomen) vertreten; *của* wird dann im Deutschen mit „gehören" wiedergegeben, z. B.
Con mèo này (là con mèo) của chị Lan.
„Diese Katze gehört (der) Lan."
Quyển từ điển này không phải (là quyển từ điển) của tôi.
„Dieses Wörterbuch gehört mir nicht."

Cái nhà này (có) phải (là cái nhà) của ông không?
„Gehört Ihnen dieses Haus?"
Nicht jedoch: *Cái nhà này của ông không?* → Ø

5.2. Die Substantivgruppe

5.2.1. Verschiedene Attribute treten gewöhnlich in folgender Reihenfolge in einer nominalen Wortgruppe auf:

P/	Nu	Kl	N_1	N_2	Adj_1	Adj_2	...	Adj_n	DPr	*của*-N_3/PPr	/P

N_1 ist das Hauptnomen bzw. das Beziehungswort.
N_2 ist ein gebundenes Nomen, das mit N_1 ein zusammengesetztes Wort bildet, z. B. *mái nhà* („Dach"–„Haus": „Hausdach"), *bút chì* („Stift"–„Blei": „Bleistift").
N_3 ist ein freies Nomen, das eigene Attribute haben kann.

5.2.2. Das Attributivhilfswort *của* ist erforderlich vor einem attributiv gebrauchten Nomen oder Personalpronomen, wenn vor diesem bereits andere Attribute (Adjektiv und/oder Demonstrativpronomen) stehen.
Beispiele:
Đây là hai quyển sách lớn, dày của chị Lan.
„Das (hier) sind die zwei großen, dicken Bücher von Lan."
Anh mua hai quyển sách lớn, dày này của chị Lan không?
„Kaufst du diese zwei großen, dicken Bücher von Lan?"
Hai quyển sách lớn, dày, cũ này của tôi là hai quyển từ điển tiếng Việt.
„Diese zwei großen, dicken, alten Bücher von mir sind (zwei) vietnamesische Wörterbücher.

5.3. Personalpronomen II

5.3.1. Die PPr dieser Gruppe sind nicht gesellschaftsfähig, sofern sie für Menschen verwendet werden. Sie entsprechen einer Sprache der „vulgären" Vertraulichkeit im privaten Rahmen. Ihre sonstige Verwendung drückt Verachtung des Gesprächspartners oder anderer Personen aus.

5.3.2. Tabelle:

	1. Person	2. Person	3. Person
Singular	*tao*	*mày*	*nó*
Plural	*chúng tao*	*chúng mày*	*chúng (nó)*

Lektion · Bài 5

5.3.3. Das *nó* wird ganz allgemein für Tiere, Sachen und Angelegenheiten, und zwar im Singular sowie im Plural, verwendet.

5.3.4. Das *chúng nó* für die 3. Person Plural kann (bei Menschen) auf *chúng* reduziert werden.

Beispiele:
Tý, mày ăn táo không? – Không, tao không ăn (táo).
„Tý, ißt du Äpfel?" – „Nein, ich esse keinen Apfel."
Chúng mày biết hai em trai nhỏ của Tý không? – Có, chúng tao biết chúng (nó).
„Kennt ihr die zwei kleinen Brüder von Tý?" – „Ja, wir kennen sie."
Bà mua bốn cái ghế này không? – Không, tôi không mua nó.
„Kaufen Sie diese vier Stühle?" – „Nein, ich kaufe sie nicht."

ÜBUNG A

1. Cái bút chì này phải (là) của cô không?
2. Đây là cái bút chì của tôi.
3. Hai cái bút bi này phải (là) của anh không?
4. Ông mua cái xe cũ này của anh tôi không?
5. Bà bán cái bàn mới kia của bà không?
6. Quyển sách lớn, dày, cũ kia phải là một quyển từ điển tiếng Việt không?
7. Quyển sách nhỏ, mỏng, mới này phải là quyển sách tiếng Việt của chị không?
8. Người đàn ông nhỏ kia phải là giáo viên tiếng Việt của cô không?
9. Anh biết hai người đàn bà Đức lớn kia không?
10. Hùng là một sinh viên nam, Lan là một sinh viên nữ.
11. Hùng là một anh sinh viên Việt; Kim là một cô sinh viên Đức.
12. Đó là một cô gái Đức và một anh thanh niên Việt.
13. Em nhỏ này phải là em trai (của) anh không?
14. Các chị biết em gái nhỏ kia không?
15. Con này là mèo đực hay mèo cái?

VOKABELN

bi	Murmel, kleine Kugel	*đàn bà*	Frauen; weiblich; *người đàn bà* Frau
cái	Weibchen; weiblich(es Tier)		
chì	Blei	*đàn ông*	Männer; männlich; *người đàn ông* Mann
cũ	alt (v. Sachen, Angelegenheiten)		
		Đức	Deutschland; deutsch
của	Attributivhilfswort	*đực*	Männchen; männlich(es Tier)
dày	dick (v. Sachen)	*gái*	Frau, Mädchen; weiblich

lớn	groß	*nữ*	Frau, Mädchen; weiblich
mày	du (vulgäre Form)	*tao*	ich (vulgäre Form)
mỏng	dünn (v. Sachen)	*thanh niên*	Jugend; Jugendliche(r)
mới	neu	*tiếng*	Sprache; *tiếng Đức* die deutsche Sprache, Deutsch; *tiếng Việt* die vietnamesische Sprache, Vietnamesisch
nam	Mann, Junge; männlich		
nhỏ	klein		
nó	3. PPr für kleine Kinder, Tiere, die Flora, Sachen, Angelegenheiten	*trai*	Mann, Junge; männlich
		Việt	Vietnam; vietnamesisch

ÜBUNG B (Lösung s. S. 178)

Übersetzen Sie ins Vietnamesische:

1. Ich kaufe dein Wörterbuch nicht.
2. Ich kaufe dieses dein Wörterbuch nicht.
3. Ich kaufe dieses dein dünnes Wörterbuch nicht.
4. Ich kaufe dieses dein kleines, dünnes Wörterbuch nicht.
5. Ich kaufe dieses dein kleines, dünnes, altes vietnamesisches Wörterbuch nicht.
6. Ist diese junge Dame deine ältere Schwester?
7. Ist jener große Mann dein neuer Lehrer?
8. Kennst du unseren kleinen vietnamesischen Lehrer?
9. Kennst du unsere neue Deutsch-Lehrerin?
10. Meine jüngere Schwester lernt auch Vietnamesisch.

Lektion 6

GRAMMATIK

6.1. Der Satz mit Adjektivprädikat

6.1.1. Die Grundstruktur des Satzes mit Adjektivprädikat ist „Subjekt + Adjektivprädikat". Im Vietnamesischen haben Adjektive verbale Eigenschaft, deshalb steht keine Kopula, z. B.
Tiếng Đức khó.
„Die deutsche Sprache ist schwer."
Tiếng Việt dễ.
„Die vietnamesische Sprache ist leicht."

6.1.2. Wenn aus dem Zusammenhang nicht eindeutig hervorgeht, daß es sich dabei um ein prädikatives Adjektiv handelt, kann man z. B. das (Satz-)Adverb *lắm* an das Adjektiv anhängen; *lắm* wird hier nur in abgeschwächter Bedeutung (deutsch etwa „ganz") verwendet, z. B.
Trà ngon lắm.
„Der Tee ist ganz gut."
Cái bàn lớn lắm.
„Der Tisch ist ganz groß."

6.1.3. Die Eindeutigkeit der Sprechsituation kann beim Sprechen auch dadurch erreicht werden, daß man eine kleine Pause vor dem prädikativen Adjektiv einlegt, etwa:
Trà ⎮ ngon.
„Der Tee ist gut."
Cái bàn ⎮ lớn.
„Der Tisch ist groß."

6.1.4. Das prädikative Adjektiv steht strukturgemäß außerhalb einer nominalen Wortgruppe. Besteht dennoch die Gefahr eines Mißverständnisses, so wird die Sprechsituation durch Einsetzen eines Kommas vor dem prädikativ gebrauchten Adjektiv eindeutig gemacht, z. B.
Cái bàn lớn này cũ.
„Dieser große Tisch ist alt."
Cái bàn cũ này lớn.
„Dieser alte Tisch ist groß."
Con mèo này của chị Lan đẹp.

„Diese Katze von Lan ist schön." Oder auch: „Diese Katze gehört der schönen Lan."
Jedoch: *Con mèo này của chị Lan, đẹp.*
„Diese Katze von Lan ist schön."
Con mèo này là của chị Lan đẹp.
„Diese Katze gehört der schönen Lan."

6.1.5. Die Alternativfragestellung in der Form „*Auss + Neg" findet auch im Satz mit Adjektivprädikat Verwendung, z.B.
Trà (có) ngon không?
„Ist der Tee gut?"
Tiếng Việt (có) dễ không?
„Ist die vietnamesische Sprache leicht?"

6.1.6. Zur Verwendung von *rất* und *lắm* (im Deutschen beides „sehr"):
a) *rất* steht vor dem zu modifizierenden prädikativ gebrauchten Adjektiv und kann nicht verneint werden, z.B.
Tiếng Việt rất dễ.
„Die vietnamesische Sprache ist sehr leicht."
(*Tiếng Việt không rất dễ.* → Ø)
b) *lắm* tritt hinter das prädikativ gebrauchte Adjektiv; die Verneinung erfolgt vor dem Adjektiv, z.B.
Tiếng Việt dễ lắm.
„Die vietnamesische Sprache ist sehr leicht."
Tiếng Việt không dễ lắm.
„Die vietnamesische Sprache ist nicht sehr leicht."
c) Tritt das Adjektiv als Attribut auf, so kann es im positiven Fall nur durch *rất*, und im negativen Fall nur durch *lắm* modifiziert werden, z.B.
Tôi mua một cái bàn rất cũ.
(Nicht jedoch: *Tôi mua một cái bàn cũ lắm.* → Ø)
„Ich kaufe einen sehr alten Tisch."
Tôi mua một cái bàn không cũ lắm.
(Nicht jedoch: *Tôi mua một cái bàn không rất cũ.* → Ø)
„Ich kaufe einen nicht sehr alten Tisch."
d) In einem Alternativfragesatz in der Form „*Auss + Neg" findet *rất* keine Verwendung, wenn das Adjektivprädikat modifiziert werden soll. Denn ein Satz wie: „*Tiếng Việt rất dễ không?*" hätte als Grundkonstruktion: „*Tiếng Việt rất dễ hay tiếng Việt không rất dễ?*", wobei „*không rất dễ*" jedoch nicht verwendet werden kann. Man sagt daher:
Tiếng Việt dễ lắm không?
„Ist die vietnamesische Sprache sehr leicht?"
Aber (vgl. 6.1.6.c):
Anh mua một cái xe rất cũ không?

(Nicht jedoch: *Anh mua một cái xe cũ lắm không?* → Ø)
„Kaufst du einen sehr alten Wagen?"
Anh mua một cái xe không cũ lắm không?
(Nicht jedoch: *Anh mua một cái xe không rất cũ không?* → Ø)
„Kaufst du einen nicht sehr alten Wagen?"

6.2. Personalpronomen III

6.2.1. Die PPr III werden für den verwandtschaftlichen Rahmen verwendet.

6.2.2. Für die 1. und 2. Person Singular werden jeweilige verwandtschaftliche Bezeichnungen (bzw. Anredewörter) verwendet, z. B.
Der jüngere sagt zum älteren Bruder:
Anh ăn táo của em không?
„Ißt du von meinem Apfel?"/„Ißt du von meinen Äpfeln?"
Der ältere sagt zum jüngeren Bruder:
Em ăn táo của anh không?
(Dasselbe)

6.2.3. Die gleichen Bezeichnungen gelten für die 3. Person Singular, sofern die Sprechsituation eindeutig ist. Anderenfalls wird das DPr *ấy* an die jeweilige Bezeichnung angehängt, z. B.
Der jüngere Bruder sagt zur Mutter:
Anh Khôi đọc báo. Anh (ấy) đọc báo Đức.
„Bruder Khôi liest Zeitung. Er liest eine deutsche Zeitung./Er liest deutsche Zeitungen."

6.2.4. Die Pluralbildung des PPr für die 1. Person erfolgt durch Hinzufügen des Wortes *chúng* vor *con* („Kind"), und des Wortes *các* vor eine andere Bezeichnung.

6.2.5. Die Pluralbildung des PPr für die 2. und 3. Person erfolgt durch Hinzufügen des Wortes *các* vor die jeweilige Singularform.
Beispiele:
Mẹ ăn táo của chúng con không? – Không, mẹ không ăn táo của các con.
„Ißt du (Mutter) von unseren Äpfeln?" – „Nein, ich (Mutter) esse nicht von euren Äpfeln."

ÜBUNG A

1. Cái bàn nhỏ này tốt, cái bàn lớn kia xấu.
2. Quyển sách mỏng này hay, quyển sách dày kia dở.
3. Cái cặp sách cũ này của tôi đẹp, cái cặp sách mới ấy của anh, xấu.

4. Chiếc xe mới ấy của chị Kim đẹp lắm.
5. Bố anh mua một chiếc xe mới này không?
6. Bố anh mua chiếc xe mới này không?
7. Cái bàn mới ấy của ông Khuyến đẹp không?
8. Tiếng Việt khó lắm không?
9. Tiếng Việt dễ lắm không?
   – Không, tiếng Việt không dễ lắm.
10. Trà chị Kim ngon không?
    – Có, trà chị ấy ngon.
11. Trà của chị Lan dở lắm.
12. Mẹ hỏi con: „Tý, con ăn cơm không?"
13. Tý nói: „Thưa mẹ, con không đói."
14. Con hỏi bố: „Thưa bố, quả trứng này phải của bố không?"
15. Bố nói: „Không, quả ấy của con. Bố không ăn trứng."
16. Chị hỏi hai em: „Các em có biết em nhỏ này không? Nó là con gái ông Khuyến, giáo viên tiếng Việt của chị."

VOKABELN

bố	Vater	*lắm*	sehr
cặp sách	(Schul-, Bücher-)Tasche, Ranzen	*mẹ*	Mutter
		nặng	schwer (z. B. Gewicht)
con	(eigenes) Kind	*ngon*	schmackhaft, wohl-
dễ	leicht, einfach		schmeckend; gut schmecken
dở	uninteressant, langweilig, schlecht	*nhẹ*	leicht (z. B. Gewicht)
		nói	sagen, reden, sprechen
đẹp	hübsch, schön	*rất*	sehr
đói	hungrig; Hunger haben	*tốt*	gut, schön (z. B. Wetter)
hay	interessant, gut	*trứng*	Ei (Kl: *quả*)
hỏi	fragen, fragen nach	*xấu*	schlecht, häßlich
khó	schwer, schwierig		

ÜBUNG B (Lösung s. S. 178)

Übersetzen Sie ins Vietnamesische (ggf. mit eigenen Antworten):

1. Lernst du die vietnamesische Sprache?
2. Ist die vietnamesische Sprache sehr schwer?
3. Ist dein Vietnamesisch-Lehrer ein Vietnamese?
4. Ist dies deine neue Büchertasche?

5. Gehört dieses vietnamesische Wörterbuch dir?
6. Ist dieser dein neuer Bleistift gut?
7. Kaufst du einen neuen oder einen alten Wagen?
8. Ist dieser neue Wagen deines Vaters gut?
9. Ist deine jüngere Schwester sehr groß?
10. Verkauft dein Vater seinen alten Wagen?

Lektion 7

GRAMMATIK

7.1. Der Fragesatz mit Interrogativpronomen

7.1.1. Im Fragesatz steht ein Interrogativpronomen in der Position des zu ermittelnden Wortes im Aussagesatz, z. B.
Ai hỏi tôi?
„Wer fragt mich?"/„Wer fragt nach mir?"
Chị hỏi ai?
„Wen fragst du?"/„Nach wem fragst du?"
Gì đẹp?
„Was ist schön?"
Anh mua gì?
„Was kaufst du?"
Vergleiche:
Ai là ông Khuyến?
„Wer (Welcher) ist Herr Khuyến?"
Ông Khuyến là ai?
„Wer (Was für ein Mensch) ist Herr Khuyến?"

7.1.2. *nào* („welche(-r, -s)") wird im Regelfall nur in Verbindung mit einem Substantiv und/oder einem Klassifikator verwendet. Eine Frage mit *nào* (: „N + *nào*") zwingt die Antwort in einen engen Rahmen. Eine Frage mit der Konstruktion „N + *gì*" läßt jedoch die Antwort völlig offen, z. B.

Ai	N + *gì*	N + *nào*
– Chị hỏi ai?	– Cô giáo gì?	– Cô giáo nào?
– Tôi hỏi cô giáo.	– Cô giáo tiếng Việt.	– Cô (giáo) Vân.
„Nach wem fragst du?"	„Was für eine Lehrerin?"	„Welche Lehrerin?"
„Nach der Lehrerin."	„Die Lehrerin für Vietnamesisch."	„Frau Van."

Gì	N + *gì*	N + *nào*
– Anh làm gì?	– Bài gì?	– Bài nào?
– Tôi làm bài.	– Bài tiếng Việt.	– Bài ba.
„Was machst du?"	„Was für eine Lektion?"	„Welche Lektion?"
„Ich lerne meine Lektion."	„Eine vietnamesische."	„Lektion drei."

7.1.3. Die Frage nach der Anzahl („wieviel") wird mit Hilfe von *bao nhiêu* oder *mấy* gestellt.

7.1.4. *mấy* bezieht sich gewöhnlich auf eine kleinere Anzahl; *bao nhiêu* richtet sich dagegen nach einer beliebigen Anzahl, z. B.
Em ăn mấy quả trứng?
„Wieviel Eier ißt du?"
Bà mua bao nhiêu quả trứng?
„Wieviel Eier kaufen Sie?"

7.1.5. Im Gegensatz zu *bao nhiêu* wird *mấy* bei einer Frage nach der Anzahl gewöhnlich nur in Verbindung mit einem Klassifikator oder einem Substantiv mit Klassifikator-Eigenschaft gebraucht, z. B.

	bao nhiêu	od. mấy	
Anh mua	+	+	quyển sách?
Anh mua	+	+	quyển?
Anh mua	+	−	?
Anh mua	+	−	sách?
Chị làm	+	+	việc?
Chị uống	+	−	trà?

7.1.6. *bao nhiêu* und *mấy* fragen nach bloßen Zahlen. Nur *mấy* fragt jedoch nach der Ziffer vor oder hinter einer Zahl bzw. einer Zahlenstelle, z. B.
9 lần 9 là bao nhiêu (bzw. mấy)?
„Wieviel sind 9 × 9?"
Bà mua mấy mười quả trứng?
„Wieviel (mal zehn) Eier kaufen Sie?"
Anh mua mười mấy quyển sách?
„Wieviel (mehr als zehn) Bücher kaufst du?"

7.1.7. In Aussagesätzen weist *mấy* auf eine kleine und unbestimmte Anzahl (deutsch „ein paar", „einige") hin, z. B.
Tôi không mua nhiều bút chì. Tôi chỉ mua mấy cái.
„Ich kaufe nicht viele Bleistifte. Ich kaufe nur ein paar."
Mấy anh ấy là sinh viên.
„Jene (einige) sind Studenten."

7.2. Die Pluralbildung mit *các* und *những*

7.2.1. Die Verwendung der Substantive im Plural erfordert keine besondere Form; *các* und *những* werden zur Pluralbildung von Substantiven verwendet, wenn klarer hervorgehoben werden soll, daß es sich um eine Mehrzahl von Größen (Menschen, Tieren, Dingen, Angelegenheiten) handelt.

7.2.2. *các* umfaßt alle Elemente der erwähnten Größe, *những* erfaßt nur bestimmte Elemente davon, z. B.
Tôi bán các cái bàn.
„Ich verkaufe die/alle Tische."
Mẹ tôi mua các quả trứng nhỏ.
„Meine Mutter kauft die/alle kleinen Eier."
Mẹ tôi mua những quả trứng nhỏ.
„Meine Mutter kauft kleine Eier."

7.2.3. *những* kann zur Pluralbildung von *ai* und *gì* verwendet werden, falls hervorgehoben werden soll, daß es sich um eine Mehrzahl von Größen handelt, z. B.
Chị biết những ai?
„Wen kennst du (alles)?"
Anh mua những gì?
„Was kaufst du (alles)?"

7.2.4. *những* kann vor einer Zahl (auch vor *bao nhiêu* oder *mấy*) verwendet werden, um diese als eine (relativ) große Menge zum Ausdruck zu bringen, z. B.
Chị ấy có những hai con mèo.
„Sie hat sogar zwei Katzen."
Anh mua những bao nhiêu quyển sách?
„Wieviel Bücher kaufst du denn?"
Anh ấy có những mấy quyển từ điển tiếng Việt.
„Er hat sogar ein paar vietnamesische Wörterbücher."

ÜBUNG A

1. Ông Khuyến là ai?
   −Ông Khuyến là giáo viên tiếng Việt của chúng tôi.
2. Người nào là ông Khuyến?
   −Người đàn ông nhỏ kia là ông Khuyến.
3. Ông ấy là người gì?
   −Ông ta là người Việt.
4. Các anh có mấy giáo viên tiếng Việt?
   −Chúng tôi chỉ có một giáo viên tiếng Việt thôi.
5. Các chị kia là ai?

Lektion · Bài 7

   —Đấy là hai chị sinh viên mới. Một người học tiếng Đức và một người học tiếng Việt.
6. Các anh học bài mấy?
   —Chúng tôi học bài 7.
7. Bài 7 có mấy mươi từ mới?
   —Bài 7 có hai mươi từ mới.
8. Chào cô. Cô mua quả gì?
   —Chào bà. Tôi mua một ít cam. Cam bà giá bao nhiêu?
9. Cô mua cam nào? Cam này, cam này hay cam này?
   —Cam này là cam gì?
10. Đó là cam Đà Lạt. Cam Đà Lạt rất ngọt. Cô mua bao nhiêu?
    —Tôi mua một kí cam Đà Lạt.
11. Cô mua gì nữa không?
    —Cảm ơn bà, không.
12. Tý, mày có bao nhiêu tiền?
    —Tao có ít tiền. Tao có mấy đồng thôi.
13. Mày có mấy đồng?
    —Tao chỉ có mười đồng.
14. Bố mày có mấy chiếc xe?
    —Bố tao có những hai chiếc.
15. Xe của bố mày có mới không?
    —Một chiếc mới và một chiếc cũ.

VOKABELN

ai	wer (wem, wen)	*kí (lô)*	Kilo(gramm)
bao nhiêu	wieviel	*mấy*	wieviel; einige
cảm ơn	danken	*nào*	welche(-r, -s)
chào	(be)grüßen	*ngọt*	süß
chỉ	nur	*nhiều*	viel
có	haben, besitzen	*những*	Pluralbildner; Betonungspartikel für Zahlen
đồng	vietnamesische Währungseinheit	*nữa*	(noch) mehr, (noch) weiter
gì	was, was für	*thôi*	nur (steht am Satzende)
giá	kosten; Preis	*tiền*	Geld
ít	wenig; *một ít* ein wenig	*từ*	Wort

ÜBUNG B (Lösung s. S. 178)

Übersetzen Sie ins Vietnamesische (ggf. mit eigenen Antworten):

1. Wer ist jenes hübsche Mädchen?
   −Das ist Kim's jüngere Schwester.
2. Wer sind diese jungen Männer?
   −Das sind Studenten des Herrn Khuyến.
3. Wem gehört dieses neue Auto?
   −Es gehört meinem älteren Bruder.
4. Was für eine Sprache lernen wir?
5. Was für Früchte kaufst du (alles)?
6. Wieviele neue Wörter hat die Lektion 6?
7. Wieviele vietnamesische Wörterbücher hast du?
8. Sprichst du Vietnamesisch?
9. Wieviele Geschwister hast du denn?
10. Wieviel sind 3×5, und $10 + 11$?

Lektion 8

GRAMMATIK

8.1. Verbalkonstruktionen als verschiedene Satzteile

8.1.1. Im Satz können Verbalkonstruktionen außer als Prädikate auch als Subjekte, Objekte und Attribute verwendet werden.

8.1.2. Sie können als Subjekte oder, in Nominalsätzen, auch an die Stelle eines Prädikatsnomens treten, z. B.
Học tiếng Việt rất vui.
„Die vietnamesische Sprache zu lernen macht viel Spaß." Oder:
„Es macht viel Spaß, die vietnamesische Sprache zu lernen."
Nói chuyện không phải là làm việc.
„Sich unterhalten ist nicht arbeiten."
Học tiếng Việt khó không?
„Ist es schwer, die vietnamesische Sprache zu lernen?"

8.1.3. Als Objekte gebraucht, treten Verbalkonstruktionen bei einer kleineren Gruppe von Verben wie z. B. *muốn* („wollen"), *đi* („gehen"), *học* („lernen"), *tập* („üben") auf, z. B.
Tôi đi mua từ điển.
„Ich gehe ein Wörterbuch/Wörterbücher kaufen."
Anh học nói tiếng Việt không?
„Lernst du Vietnamesisch sprechen?"
Anh ấy tập chụp ảnh.
„Er übt/lernt fotografieren."

8.1.4. Als Attribute gebraucht, stehen Verbalkonstruktionen unmittelbar hinter einem unbestimmten Nomen, d. h. ein Nomen, das noch nicht durch ein Demonstrativpronomen bestimmt ist und in der gegebenen Sprechsituation auch noch nicht durch ein Demonstrativpronomen bestimmt werden könnte (vgl. 5.2.1. und 6.1.4.), z. B.
Chị có máy hút bụi không?
„Hast du einen Staubsauger?"
Chị Kim là một cô gái ăn ảnh.
„Kim ist ein fotogenes Mädchen."
Sự biết của tôi không lớn lắm.
„Mein Wissen ist nicht sehr groß."

Cái cặp có sách kia của ai?
„Wem gehört die Tasche da mit den Büchern?"
Vergleiche:
Anh (có) biết cô bán báo kia không?
„Kennst du jene Zeitungsverkäuferin da?"
Anh biết cô kia (có) bán báo không?
„Weißt du, ob jenes Fräulein da Zeitungen verkauft?"

8.2. Verbalkonstruktionen mit *là*

8.2.1. *tên* („Name"), *họ* („Geschlecht, Familie") und *gọi* („rufen") bilden mit der Kopula *là* Verben mit der Bedeutung „heißen". Sie erfordern ein Prädikatsnomen.

8.2.2. Als Prädikatsnomen nach *tên là* steht der persönliche Name oder „Gesamtname" einer Person (nicht der Familienname allein), nach *họ là* der Familienname. Ist die Sprechsituation eindeutig, so kann die Kopula *là* auch wegfallen, z. B.
Tôi tên (là) Khuyến, họ (là) Nguyễn.
„Ich heiße Khuyến mit Rufnamen, Nguyễn mit Familiennamen."
Tôi tên (là) Nguyễn Văn Khuyến.
„Ich heiße Nguyễn Văn Khuyến."
Vergleiche:
Tên là Táo vui.
„Táo zu heißen ist lustig."
Tên Táo vui.
„Der Táo ist lustig."
Chị ấy tên (là) Lan.
„Sie heißt Lan (mit Rufnamen)."
Tên (của) chị ấy là Lan.
„Ihr Rufname ist Lan."

8.2.3. Als Prädikatsnomen nach *gọi là* steht die Bezeichnung von Sachen und Tieren, z. B.
Cái này gọi là cái bàn.
„Dieses Ding heißt Tisch."
Con này gọi là con mèo.
„Dieses Tier heißt Katze."
Cái này gọi là cái gì?
„Wie heißt dieses (Ding)?"

8.2.4. In einem Alternativfragesatz in der Form „*Auss + Neg" muß das Wort *phải* vor *tên là, họ là, gọi là* eingeschoben werden, z. B.
Ông phải tên là Nguyễn Văn Khuyến không?
„Heißen Sie Nguyễn Văn Khuyến?"

Con này phải gọi là con mèo không?
„Heißt dieses Tier Katze?"

8.2.5. *gọi là* wird auch in der Bedeutung „nennen" gebraucht, wobei das zu benennende Objekt vor *là* gestellt wird, z. B.
Anh ấy gọi cái bút là cây viết.
„Er nennt ein Schreibgerät Schreibstift."
Chúng tôi gọi ông Khuyến là thầy.
„Wir sagen zu Herrn Khuyến Lehrer."

ÜBUNG A

1. *Ông họ (là) gì?*
   – *Tôi họ (là) Nguyễn.*
2. *Em gái của chị tên là gì?*
   – *Em gái của tôi tên là Lan.*
3. *Anh gọi ai?*
   – *Tôi gọi người bán báo.*
4. *Cái này gọi là cái gì?*
   – *Cái đó gọi là cái máy chữ.*
5. *Các chị gọi ông Khuyến là gì?*
   – *Chúng tôi gọi ông Khuyến là thầy.*
6. *Nói tiếng Việt khó hay dễ?*
   – *Nói tiếng Việt không khó lắm.*
7. *Học tiếng Việt vui không?*
   – *Có, học tiếng Việt rất vui.*
8. *Chị đi ăn cơm với chúng tôi không?*
   – *Có, tôi đi ăn cơm với các anh.*
9. *Anh đi xem phim với chúng tôi không?*
   – *Không. Tôi không rảnh. Tôi có giờ tập tiếng Việt.*
10. *Chị muốn mua máy ảnh hay (mua) máy gì?*
    – *Tôi muốn mua một cái máy ảnh.*
11. *Cái máy hút bụi này tốt hay xấu?*
    – *Cái máy hút bụi này rất tốt.*
12. *Em gái của anh ăn ảnh lắm! Cô ấy tên là gì?*
    – *Nó tên (là) Kim. Kim có nghĩa là mới mẻ.*
13. *Không rảnh có nghĩa là gì?*
    – *Không rảnh có nghĩa là bận.*
14. *Đọc sách có phải là làm việc không?*
    – *Đọc sách học có nghĩa là học, học là làm việc.*
15. *Nói chuyện có phải là làm việc không?*

VOKABELN

ảnh	Bild, Foto; *ăn ảnh* im Bild gut aussehen; *máy ảnh* Fotoapparat	*mới mẻ*	neuzeitlich, modern
		muốn	wollen
		nghĩa	Bedeutung, Sinn; *(có) nghĩa là* bedeuten, heißen
bận	beschäftigt, keine Zeit haben		
bụi	Staub; *hút bụi* staubsaugen	*phim*	Film; *đi xem phim* ins Kino gehen
chụp ảnh	(einfangen – Bild:) fotografieren		
		rảnh	unbeschäftigt, Zeit haben
chuyện	Angelegenheit, Sache, Geschichte; *nói chuyện* reden, sprechen, sich unterhalten	*sự*	Allgemeinbezeichnung für Sachen, Angelegenheiten
		tập	üben
chữ	Schrift; *máy chữ* Schreibmaschine	*tên*	(Eigen-, Ruf-)Name; Bezeichnung für unehrenhafte Person; *tên là* heißen
đi	gehen, fahren (nach); *đi làm* arbeiten gehen		
		thầy	Bezeichnung für Lehrer; Anredewort
giờ	Stunde		
gọi	rufen, bestellen; *gọi là* heißen, nennen	*viết*	schreiben
		với	mit
		vui	fröhlich, Spaß machen, lustig
họ	Geschlecht, Familienname; *họ là* heißen	*xem*	sehen, betrachten, sich anschauen
máy	Gerät, Apparat, Maschine		

ÜBUNG B (Lösung s. S. 178)

I. Bilden Sie jeweils einen Satz mit 1) hút thuốc, 2) chụp ảnh, 3) nói tiếng Việt als a) Subjekte, b) Objekte und c) Attribute.

II. Übersetzen Sie ins Vietnamesische:

1. Viel rauchen ist nicht gut.
2. Es macht Spaß, ins Kino zu gehen.
3. Mit wem möchten Sie sich unterhalten?
4. Wie heißt dein Vietnamesisch-Lehrer?
5. Kennst du jenen Fotografen?
6. Sein Wissen ist sehr groß.
7. Unser Vietnamesisch-Üben macht Spaß.

Lektion 9

GRAMMATIK

9.1. Subjekt-Prädikat-Konstruktionen als verschiedene Satzteile

9.1.1. Subjekt-Prädikat-Konstruktionen können im Satz als Subjekte, Prädikate, Objekte und Attribute verwendet werden. Im Deutschen entspricht ihre Verwendung in diesem Zusammenhang der Verwendung von Ergänzungssätzen (Subjekt- und Objektsätzen) bzw. Relativsätzen (Attributsätzen), z. B.
Als Subjekt:
Chúng ta cùng học tiếng Việt vui.
„Daß wir die vietnamesische Sprache gemeinsam lernen, macht Spaß."
Als Prädikat:
Phải là tôi cũng đi xem phim.
„Es stimmt, daß ich auch ins Kino gehe."
Als Objekt:
Chị Kim muốn chúng ta cùng đi xem phim.
„Kim möchte, daß wir gemeinsam ins Kino gehen."
Als Attribut:
Tôi đọc quyển sách ông mua.
„Ich lese das Buch, das Sie gekauft haben."

9.1.2. Als Objekte gebraucht, können sie durch *rằng* angezeigt werden, z. B.
Mẹ muốn (rằng) chúng ta cùng đi xem phim.
„Mutter will, daß wir gemeinsam ins Kino gehen."
Ông Khuyến nói (rằng) tiếng Việt rất dễ.
„Herr Khuyến sagte, daß die vietnamesische Sprache sehr leicht ist."
Tôi không biết (rằng) anh ấy có xe (hay) không.
„Ich weiß nicht, ob er einen Wagen hat."

9.1.3. Als Attribute gebraucht, können sie durch *mà* angezeigt werden. Liegt ein Besitzverhältnis vor, so können sie auch durch *của* angezeigt werden, z. B.
Tôi biết người Việt (mà) ông nói.
„Ich kenne den Vietnamesen/die Vietnamesin, von dem/der Sie sprechen."
Tôi đọc quyển sách (mà/của) tôi mua.
„Ich lese das Buch, das ich gekauft habe."
Anh sinh viên (mà) chị quen là con của một giáo sư.
„Der Student, den du kennst, ist der Sohn eines Professors."

9.2. Der Alternativfragesatz in der Form „*(có) phải* + Auss + *không*"

9.2.1. Die Grundkonstruktion des Fragesatzes in dieser Form ist „*(có) phải* + Aussagesatz + *hay không phải* + Aussagesatz". Die reduzierte Konstruktion ist „*(có) phải* + Aussagesatz + *không*" (deutsch etwa „Stimmt es/Ist es wahr/Ist es richtig, daß …")

9.2.2. Diese Frageform hat einen teilweise anderen Anwendungsbereich als die Frageform „*Auss + Neg": Sie kann eine gewisse Vermutung bzw. Annahme des Fragenden zum Ausdruck bringen (vgl. auch 4.2.2.).

9.2.3. Ist der Aussagesatz des Fragesatzes ein Satz mit Verbal- oder Adjektivprädikat, so kann er auch in verneinter Form gebildet werden.
Beispiele:
(Có) phải chị Kim cũng đi xem phim không?
„Ist es wahr, daß Kim auch ins Kino geht?"
Phải quyển từ điển anh mua không giá 20 đồng không?
„Stimmt es, daß das Wörterbuch, das du gekauft hast, keine 20 đồng kostet?"
Phải anh cũng họ là Nguyễn không?
„Ist es richtig, daß du auch Nguyễn mit Familiennamen heißt?"

9.2.4. Ist der Aussagesatz des Fragesatzes in bejahter Form, so gibt es folgende mögliche Kurzantworten:
a) bei Bejahung: *Phải.* Oder: *Vâng* bzw. *Dạ.*
b) bei Verneinung: *Không* bzw. *Không phải.*

9.2.5. Ist der Aussagesatz des Fragesatzes in verneinter Form, so gibt es folgende mögliche Kurzantworten:
a') bei Bejahung: wie bei a.
b') bei Verneinung: wie bei b, oder: *Có chứ.*

9.2.6. „*(có) phải không?*" (deutsch etwa „stimmt das?", „nicht wahr?") kann auch als Fragekonstruktion hinter dem Aussagesatz stehen. Der Fragesatz wird dann folgendermaßen gebildet: „Auss + *(có) phải không?*" , z. B.
Chị cũng đi xem phim, (có) phải không?
„Du gehst auch ins Kino, stimmt das?"
Anh cũng họ (là) Nguyễn, (có) phải không?
„Du heißt auch Nguyễn mit Familiennamen, nicht wahr?"
Chị nói (rằng) anh ấy cũng học tiếng Việt, (có) phải không?
„Sagtest du, daß er auch die vietnamesische Sprache lernt?"
Quyển sách (mà/của) anh mua, giá 20 đồng, phải không?
„Hat das Buch, das du gekauft hast, 20 đồng gekostet?"

9.2.7. Zeitangaben können als Subjekte auftreten, z. B.
Hôm nay đẹp, phải không?
„Heute ist es schön, nicht wahr?"
Phải, hôm nay rất đẹp.
„Ja, heute ist es sehr schön."

ÜBUNG A

1. Các anh cùng học tiếng Việt vui không?
   — Có. [Chúng tôi ...]
2. Chị cũng là sinh viên, phải không?
   — Phải. [Tôi ...]
3. Phải anh thường ăn cơm không?
   — Phải. [Tôi ...]
4. Chị muốn chúng ta cùng tập nói tiếng Việt không?
   — Có. [Tôi ...]
5. Đúng (là) bố em là thợ máy không?
   — Đúng bố em là thợ máy.
6. Có phải chị không muốn đi xem phim với chúng tôi không?
   — Có chứ. [Tôi ...]
7. Hôm nay cũng mưa, phải không?
   — Không, [hôm nay ...]
8. Phải em gọi bố là ba không?
   — Dạ. Em gọi bố là ba và gọi mẹ là má.
9. Em nói (rằng) gia đình em ở Saigon, phải không?
   — Dạ. Gia đình em ở Saigon.
10. Ba em đi làm hay ở nhà?
    — Thưa ông, ba em đi làm.
11. Quyển từ điển (mà) anh mua giá bao nhiêu?
    — Quyển từ điển tôi mua giá 35 đồng.
12. Trời hôm nay đẹp hay xấu?
    — Trời hôm nay rất đẹp.
13. Người Đức (mà) anh quen có nói tiếng Việt không?
    — Có. [Người Đức ...]
14. Phải cái xe này (là) của người Đức bán máy ảnh không?
    — Phải. [Cái xe ...]
15. Anh ấy đi Việt Nam chỉ là chuyện thường thôi, phải không?
    — Phải. [Anh ấy ...]

VOKABELN

ba	Vater (südvietn.)	*nắng*	sonnig; Sonnenschein
chợ	Markt	*nhà*	Haus, Wohnung, Zuhause; Familie
chứ	*có chứ* (ja) doch (b. Widersprechen)	*ở*	leben, wohnen, sich befinden, sein (in, an)
cùng	gemeinsam, gleichzeitig		
dạ	ja (b. Zustimmung)	*rằng*	objektive Satzpartikel
đúng	genau (richtig), zutreffend	*thợ*	Facharbeiter; *thợ máy* Mechaniker
gia đình	Familie		
hôm nay	heute	*thường*	gewöhnlich, normal; oft
mà	attributive Satzpartikel	*trời*	Himmel; es (das Wetter)
má	Mutter (südvietn.)	*vâng*	ja (b. Zustimmung)
mưa	regnen; Regen		

ÜBUNG B (Lösung s. S. 178)

Übersetzen Sie ins Vietnamesische (ggf. mit eigenen Antworten):

1. Möchtest du, daß wir gemeinsam essen gehen?
2. Weißt du, was Herr Khuyến von Beruf ist?
3. Ist es normal, daß eine Familie fünf Kinder hat?
4. Macht es dir Spaß, Vietnamesisch zu lernen?
5. Stimmt es, daß du heute ins Kino gehst?
6. Kostet der Kugelschreiber, den du kaufen willst, 2 DM?
7. Stimmt es, daß du sehr viel Geld hast?
8. Stimmt es, daß deine Familie nicht in Hamburg wohnt?
9. Sagtest du, daß ich die Sprache, die du sprichst, nicht verstehe?
10. Ist die Sprache, die ihr gemeinsam lernt, leicht?

Lektion 10

GRAMMATIK

10.1. Der Fragesatz mit Finalpartikel

10.1.1. Ein Fragesatz kann durch Anhängen einer Finalpartikel an einen Aussagesatz gebildet werden.

10.1.2. Diese Frageform hat a) mehr Bildungsmöglichkeiten und b) einen teilweise anderen Anwendungsbereich als die Frageform „*Auss + Neg" und die Frageform „(có) phải + Auss + không":
a) Der Aussagesatz des Fragesatzes kann beliebig gebildet werden.
b) Eine gewisse Stellungnahme des Fragenden kann zum Ausdruck gebracht werden.

10.1.3. Die Finalpartikel *à* bringt eine Verwunderung oder eine Überraschung zum Ausdruck, z.B.
Gia đình anh cũng ở Hà-nội à?
„Ach, wohnt deine Familie auch in Hanoi?"
Chị đi Đức à?
„Ach, fährst du nach Deutschland?"
Cô không phải là cô Lan à?
„Ach, sind Sie doch nicht Fräulein Lan?"

10.1.4. Die Finalpartikel *sao* drückt Kritik aus, z.B.
Anh không đi học sao?
„Gehst du denn nicht zum Unterricht?"
Một kí cam này giá 7 đồng sao?
„Kostet denn ein Kilo von diesen Orangen sieben đồng?"
Ông không biết tôi sao?
„Kennen Sie mich denn nicht?"

10.1.5. Die Finalpartikel *nhỉ* bringt eine Überzeugung zum Ausdruck oder gibt einer Aussage Suggestivkraft, z.B.
Nói tiếng Việt không khó lắm nhỉ?
„Vietnamesisch sprechen ist nicht sehr schwer, nicht wahr?"
Hôm nay trời đẹp nhỉ?
„Heute ist es schön, nicht wahr?"

10.1.6. Die Finalpartikel *chăng* drückt Zweifel aus, z. B.
Trời ngày mai đẹp chăng?
„Ob das Wetter morgen schön sein wird?"
Ông biết tôi chăng?
„Kennen Sie mich wirklich?"
Ông Khuyến đi xem phim với chúng ta chăng?
„Ob Herr Khuyến wohl mit uns ins Kino geht?"

10.1.7. Die Finalpartikel *u'* drückt Bedauern bzw. Mißfallen aus, z. B.
Mẹ của chị bệnh u'?
„Oh, ist deine Mutter krank?"
Anh không muốn đi xem phim với chúng tôi u?
„Oh, willst du nicht mit uns ins Kino gehen?"

10.1.8. Als Kurzantworten werden *vâng, dạ* oder *phải* bzw. *không*, falls der Aussagesatz des Fragesatzes in bejahter Form ist, und *vâng, dạ* oder *phải* bzw. *có chứ*, falls der Aussagesatz des Fragesatzes in verneinter Form ist, verwendet, z. B.

Fragesatz:	Zustimmung:	Widerspruch:
Ông biết tôi à?	*Vâng/ Dạ/ Phải.*	*Không.*
„Ach, kennen Sie mich?"	„Ja(wohl)"	„Nein"
Ông không biết tôi sao?	*Vâng/ Dạ/ Phải.*	*Có chứ.*
„Kennen Sie mich denn nicht?"	„Nein"	„Doch"

10.2. Zeitangaben

10.2.1. Zeitangaben stehen in der Regel
a) vor oder nach dem Subjekt, aber noch vor dem Prädikat, wenn die Handlung in der Zukunft liegt,
b) am Satzende, wenn die Handlung in der Vergangenheit liegt. Das gleiche gilt auch für Interrogativpronomen, z. B.
  a) Bao giờ anh mua từ điển? – Chiều hôm nay tôi mua từ điển.
    „Wann kaufst du ein Wörterbuch?" – „Heute nachmittag kaufe ich ein Wörterbuch."
  b) Chị mua quyển sách bao giờ? – Tôi mua quyển sách trưa hôm nay.
    „Wann hast du das Buch gekauft?" – „Ich habe das Buch heute mittag gekauft."

10.2.2. Nicht an diese Regel gebunden sind Zeitangaben, deren Eindeutigkeit durch die Wortbedeutung oder durch die Sprechsituation hervorgehoben wird, z. B.
Chiều hôm qua tôi đi xem chiếu bóng.
„Gestern nachmittag bin ich ins Kino gegangen."
Tôi đi xem chiếu bóng chiều hôm qua.
„Ich bin gestern nachmittag ins Kino gegangen."

Lektion · Bài 10

ÜBUNG A

1. Phải bây giờ anh đi học không?
   — Phải, bây giờ tôi đi học.
2. Bao giờ anh về nhà?
   — Trưa hôm nay tôi về nhà.
3. Chiều hôm nay anh rảnh chăng?
   — Không. Chiều hôm nay tôi đi thăm anh tôi. Anh tôi bệnh.
4. Anh anh bệnh ư?
   — Vâng. Hôm qua và hôm nay anh ấy không đi dạy học.
5. Anh biết anh anh bệnh gì không?
   — Không, tôi không biết. Tôi chỉ biết anh ấy bệnh.
6. Anh anh bệnh buồn nhỉ?
   — Vâng, anh tôi bệnh chúng tôi rất buồn.
7. Nhà anh anh ở đường nào?
   — Nhà anh tôi ở đường Hai Bà Trưng, số 41.
8. Ngày mai anh có ở thư viện chăng?
   — Có. Ngày mai chị không ở thư viện sao?
9. Có chứ. Ngày mai tôi cũng đi thư viện.
10. Chị muốn chiều ngày mai chúng ta đi xem phim không?
   — Dạ có. Chiều ngày mai anh rảnh à?
11. Vâng. Ngày mai trời đẹp chăng?
   — Tôi hy vọng ngày mai trời đẹp. Chúng ta đi xem phim nào?
12. Chị muốn xem phim „Con đường" không?
   — Phim „Con đường" hay sao?
13. Vâng, phim ấy rất hay.
14. Rạp chiếu phim ấy có xa không?
15. Anh đi xem phim ấy bao giờ?
16. Chị bây giờ đi thư viện, phải không?
   — Phải, bây giờ tôi đi thư viện.

VOKABELN

à	Finalpartikel	*chiếu*	leuchten, projizieren (z. B. Bild, Licht)
bao giờ	wann		
bây giờ	jetzt	*dạy*	lehren, unterrichten
bệnh	Krankheit; krank	*đường*	Straße, Weg
buồn	traurig; langweilig	*gần*	nahe (bei, an), in der Nähe von
chăng	Finalpartikel	*hôm qua*	gestern
chiều	Nachmittag	*hy vọng*	hoffen

mai	morgen; *ngày mai* morgen, der morgige Tag	*Trưng*	zwei Anführerinnen einer Aufstandsbewegung gegen die chinesische Besatzungsmacht (40–43 n. Chr.)
nhỉ	Finalpartikel		
rạp	Kino, Theatergebäude		
sao	Finalpartikel	*ư*	Finalpartikel
số	Nummer	*về*	zurückgehen, -kehren, -kommen
thăm	besuchen		
thư viện	Bibliothek	*xa*	weit, entfernt
trưa	Mittag		

ÜBUNG B (Lösung s. S. 179)

Umbildung (im Vietnamesischen) folgender Aussagesätze in Fragesätze, sofern möglich:
  a) *in der Form „*Auss + Neg"*
  b) *in der Form „(có) phải + Aussagesatz + không"*
  c) *mit Finalpartikel*

1. Der Käufer des Wagens meines Vaters ist nicht Herr Minh.
2. Er hofft, daß es morgen nicht regnet.
3. Sie möchte, daß wir morgen zusammen in die Bibliothek gehen.
4. Es ist langweilig, zu Hause zu bleiben.
5. Das Haus von Fräulein Kim ist in der Nähe deines Hauses.

Lektion 11

GRAMMATIK

11.1. Das Lokativhilfswort *ở*

11.1.1. Ortsangaben werden im allgemeinen durch das Hilfswort *ở* angezeigt. Sie stehen gewöhnlich hinter dem Prädikat oder, falls ein Objekt vorhanden ist, hinter dem Objekt, z. B.
Anh tôi học ở Đức.
„Mein älterer Bruder studiert in Deutschland."
Ông Khuyến làm việc ở bàn.
„Herr Khuyến arbeitet am Tisch."
Người đứng ở cửa là anh Minh.
„Der an der Tür steht ist (der) Minh."

11.1.2. In Sätzen mit einem existenzbezeichnenden Prädikat, vor allem mit *có* („existieren", deutsch meist „es gibt") können Ortsangaben als Subjekte am Satzanfang auftreten; das logische Subjekt steht hinter *có*, z. B.
Ở nhà cũng có trà này.
„Zu Hause gibt es auch diesen Tee."
Ở Việt Nam có ít người Đức.
„In Vietnam gibt es wenige Deutsche."

11.1.3. Andernfalls ändert sich bei der Voranstellung der Ortsangabe u. U. der Inhalt der Satzaussage, z. B.
Ở thư viện tôi chỉ làm việc.
„(Wenn ich) in der Bibliothek (bin,) arbeite ich nur."
Anders ist jedoch: *Tôi chỉ làm việc ở thư viện.*
          „Ich arbeite nur in der Bibliothek."

11.1.4. Das Hilfswort ist
a) überflüssig nach dem Prädikat *ở*,
b) nicht erforderlich bei eindeutigen Sprechsituationen, z. B.
Gia đình tôi ở Việt Nam.
„Meine Familie wohnt/ist in Vietnam."
Bố tôi làm việc (ở) Hà-nội.
„Mein Vater arbeitet in Hanoi."
Trưa hôm nay tôi ăn (ở) nhà.
„Heute mittag esse ich zu Hause."

11.1.5. Bei bestimmten Ortsangaben, z. B. Ortsnamen, Ortsangaben mit demonstrativer Bestimmung, kann das *ở* durch das *tại* ersetzt werden, z. B.
Anh tôi học tại Đức.
„Mein älterer Bruder studiert in Deutschland."
Ông Khuyến làm việc tại cái bàn kia.
„Herr Khuyến arbeitet an jenem Tisch da."

11.1.6. Umgekehrt kann *tại* bei einer Anzahl von feststehenden Wendungen (z. B. *tại chỗ* „an Ort und Stelle"; *tại chức* „im Amt") nicht durch *ở* ersetzt werden, z. B.
Các anh ấy học và ăn tại chỗ.
„Sie lernen und essen am gleichen Ort."
Ông Khuyến là viện trưởng tại chức.
„Herr Khuyến ist der amtierende (Universitäts-)Rektor."

11.2. Lokativpronomen

11.2.1. Die Demonstrativpronomen (s. 2.1.) werden auch als Lokativpronomen gebraucht: *đây* („hier"), *đấy, đó, kia* („dort", „da"). Das unbestimmte Lokativpronomen ist *đâu* („wo").

11.2.2. Lokativpronomen stehen in der Regel am Ende des Satzes. Sie können wahlweise durch *ở* oder *tại* angezeigt werden, z. B.
Chị sinh ở/tại đâu?
„Wo bist du geboren?"
Ông Khuyến làm việc ở/tại kia.
„Herr Khuyến arbeitet dort."
Cô Kim bán hoa ở/tại đó.
„Frl. Kim verkauft dort Blumen."

11.2.3. Durch *ở* oder *tại* angezeigt, können Lokativpronomen auch am Satzanfang stehen, z. B.
Ở đâu trời lạnh?
„Wo ist es (das Wetter) kalt?"
Ở/Tại đó trời rất lạnh.
„Dort ist es sehr kalt."
Ở/Tại đây sách (có) đắt không?
„Sind die Bücher hier teuer?"
Vergleiche:
Đây là sách mới.
„Das (hier) sind neue Bücher."
Bố tôi đây.
„Hier ist mein Vater."
Mẹ tôi ở đây.
„Meine Mutter ist (befindet sich, wohnt) hier."

đâu	N + gì	N + nào
– Bà đi đâu?	– Chợ' gì?	– Chợ' nào?
– Tôi đi chợ'.	– Chợ' trời.	– Chợ' Bến Thành.
„Wohin gehen Sie?"	„Was für ein Markt?"	„Zu welchem (Markt)?"
„Ich gehe zum Markt."	„Trödelmarkt."	„(Zum) Markt Bến Thành."

ÜBUNG A

1. *Bây giờ chị đi đâu?*
   – Bây giờ tôi đi học tiếng Việt.
2. *Chị học tiếng Việt ở đâu?*
   – Tôi học tiếng Việt tại đại học Hamburg.
3. *Anh ngồi (ở) chỗ nào?*
   – Tôi ngồi tại bàn này.
4. *Anh muốn ngồi (ở) bàn nào?*
   – Tôi muốn ngồi ở chỗ chị ngồi.
5. *Trưa hôm nay chị có đi ăn (ở) quán sinh viên không?*
   – Không. Trưa hôm nay tôi ăn ở nhà.
6. *Ông làm việc tại Viện Á Đông à?*
   – Vâng. Chị biết Viện Á Đông sao?
7. *Bây giờ ai làm viện trưởng?*
   – Ông Nguyễn Văn Viết là viện trưởng tại chức.
8. *Hôm nay chị Kim không đi thư viện sao?*
   – Có chứ. Chị ấy ngồi ở kia kìa.
9. *Ở chỗ chị Kim ngồi có từ điển không?*
   – Có. Ở đấy có từ điển các tiếng Á Đông.
10. *Người đứng ở cửa kia là ai?*
    – Người đứng (ở) đó là con gái của ông viện trưởng đại học.
11. *Cô ta xinh nhỉ? Anh quen cô ta không? Cô ta học gì?*
    – Tôi không quen cô ấy lắm. Cô ta học tiếng Trung Hoa.
12. *Bà mua cái máy hút bụi này ở đâu?*
    – Tôi mua nó ở tiệm Á Đông ở đường Hai Bà Trưng.
13. *Tôi muốn mua một cái máy chiếu phim. Bà biết ở tiệm Á Đông có máy chiếu phim không?*
    – Tôi chắc ở đó có máy chiếu phim. Ông muốn mua máy chiếu phim à?
14. *Ở đường anh ở có tiệm bán sách không?*
    – Có. Ở đường nhà tôi có một tiệm bán sách rất lớn. Tôi thường mua sách ở đó.
15. *Anh có chắc ngày mai trời đẹp không?*
    – Chị chắc ngày mai trời đẹp sao?

VOKABELN

Á Đông	Ostasien (: Asien-Ost), auch *Đông Á*	*đó*	dort
		đứng	stehen
chắc	gewiß, sicher, sicherlich	*kia (kìa)*	dort
chỗ	Platz, Stelle, Ort; *tại chỗ* an Ort und Stelle	*ngồi*	sitzen, sich setzen
		ở	Lokativhilfswort: in, an
chức	Funktion, Stellung, Amt; *tại chức* im Amt	*quán*	Speiselokal, Gasthaus
		tại	Lokativhilfswort: in, an
có	existieren, (vorhanden) sein; es gibt	*tiệm*	Laden, Geschäft
		viện	öffentliches Gebäude, Institut
cửa	Tür		
đại học	Universität	*viện trưởng*	Universitätsrektor, Institutsleiter
đâu (nào)	wo		
đây (này)	hier	*Trung Hoa*	China; chinesisch
đấy	dort	*xinh*	hübsch, nett

ÜBUNG B (Lösung s. S. 179)

Übersetzen Sie ins Vietnamesische:

1. Was lehrt Herr Khuyến an der Universität?
   —Er lehrt dort die vietnamesische Sprache.
2. Hast du dein vietnamesisches Lehrbuch hier?
   —Nein. Mein vietnamesisches Lehrbuch ist nicht da.
3. Steht an der Straße dort dein Auto?
   —Nein. Das (da) ist nicht mein Auto.
4. Wo kaufst du oft Bücher?
   —Ich kaufe oft Bücher in der Buchhandlung in der Universitätsstraße.
5. Wo gehst du heute mittag essen?
   —Ich gehe heute mittag in der Mensa essen.

Lektion 12

GRAMMATIK

12.1. Einfache und zusammengesetzte Lokativsubstantive

12.1.1. *trong* („innen"), *ngoài* („außen"), *trên* („oben"), *dưới* („unten"), *trước* („vorn"), *sau* („hinten"), *giữa* („Mitte") und einige andere sind einfache Lokativsubstantive, die ein räumliches oder zeitliches Verhältnis zum Ausdruck bringen. Als Ortsangaben werden sie allgemein durch *ở* angezeigt (vgl. 11.1.4.), z. B.

Bố tôi làm việc ở trong, các em tôi chơi ở ngoài.
„Mein Vater arbeitet drinnen, meine jüngeren Geschwister spielen draußen."
Chị Kim ngồi ở trước, anh Minh ngồi ở sau.
„Kim sitzt vorn, Minh sitzt hinten."
Tờ báo hôm nay ở trên, tờ báo hôm qua ở dưới.
„Die Zeitung von heute ist oben, die Zeitung von gestern ist unten."

12.1.2. Einfache Lokativsubstantive können vor und hinter einem weiteren Substantiv stehen und auf diese Weise ein zusammengesetztes Lokativsubstantiv bilden (vgl. auch 11.1.4.), z. B.

Bố tôi làm việc ở trong phòng.
„Mein Vater arbeitet drinnen im Zimmer."
Anh tôi học (ở) nước ngoài.
„Mein älterer Bruder studiert im Ausland."
Các em tôi chơi (ở) dưới sân trước.
„Meine jüngeren Geschwister spielen unten im Vorhof."

12.1.3. Mit *phía*, *bên* und *đằng* bilden einfache Lokativsubstantive zusammengesetzte Lokativsubstantive, die in gewissen Sprechsituationen ein klares Ortsverhältnis zum Ausdruck bringen. Mögliche Zusammensetzungen sind:

phía [trong, ngoài, trên, dưới, trước, sau, giữa]
bên [trong, ngoài, trên, dưới]
đằng [trước, sau]
Beispiele:
Anh Minh đứng ở phía trước.
„Minh steht vorn."
Bố tôi làm việc ở bên trong.
„Mein Vater arbeitet drinnen."
Chị Kim ngồi ở đằng sau.
„Kim sitzt hinten."

12.1.4. Aus *mặt, bên, đầu* und *cuối* lassen sich zusammengesetzte Lokativsubstantive bilden, die ein Ortsverhältnis in bezug auf das formal als Attribut verwendete Nomen zum Ausdruck bringen, z. B.
Quyển sách của ông ở mặt bàn.
„Ihr Buch liegt auf dem Tisch."
Anh tôi học (ở) bên Đức.
„Mein älterer Bruder studiert in Deutschland."
Nhà anh Minh ở đầu đường, nhà anh Hùng ở cuối đường.
„Minh wohnt am Anfang der Straße, Hùng (wohnt) am Ende."

12.1.5. Einfache Lokativsubstantive können durch Pronomen, zusammengesetzte Lokativsubstantive durch Adjektive, Pronomen und Nomina (meist dann mit *của*) attributiv erweitert werden, z. B.
Bố tôi làm việc ở trước này.
„Mein Vater arbeitet hier vorne."
Các em tôi chơi (ở) dưới sân trong kia.
„Meine jüngeren Geschwister spielen unten in dem Innenhof da."
Anh Minh đọc sách ở trong phòng nhỏ này của tôi.
„Minh liest Bücher in diesem kleinen Zimmer von mir."
Các em tôi chơi (ở) dưới sân trước lớn kia của nhà bạn.
„Meine jüngeren Geschwister spielen da unten in jenem großen Vorhof des Hauses eines Freundes."

12.1.6. Zusammengesetzte Lokativsubstantive in der Konstruktion „N + LN" können ohne weiteres durch *tại* angezeigt werden; andernfalls gilt 11.1.4.–11.1.5., z. B.
Anh Minh đọc báo ở/tại phòng sau.
„Minh liest Zeitung im Hinterzimmer."
Các em tôi chơi (ở/tại) trước nhà kia.
„Meine jüngeren Geschwister spielen vor dem Haus da."
Jedoch (evtl. nur durch *ở*):
Các em tôi chơi (ở) dưới sân.
„Meine jüngeren Geschwister spielen unten im Hof."
Anh Minh đọc báo ở đằng sau.
„Minh liest hinten Zeitung."

12.1.7. Einfache, durch ein Demonstrativpronomen modifizierte Lokativsubstantive sowie zusammengesetzte Lokativsubstantive können jeweils als Subjekte am Satzanfang auftreten (vgl. 11.1.2.); ein Lokativhilfswort wird nicht verwendet, z. B.
Trong này có báo hôm nay.
„Hier drinnen gibt es Zeitungen von heute."
Trên bàn có tiền.
„Auf dem Tisch liegt Geld."

Aber (vgl. 11.1.2.):
> *Ở nhà cũng có trà này.*
> „Zu Hause gibt es auch diesen Tee."
> *Ở đây không có báo hôm nay.*
> „Hier gibt es keine Zeitung von heute."

ÜBUNG A

1. Anh muốn ngồi ở trong hay ở ngoài?
   – Tôi muốn ngồi ở trong tiệm.
2. Tôi muốn ngồi ở bên ngoài.
3. Xe anh ở trước hay ở sau đại học?
   – Xe tôi ở phía sau.
4. Anh Hùng đi ở trước hay ở sau chúng ta?
   – Anh ấy đi ở đằng sau.
5. Ông Khuyến làm việc ở trên hay ở dưới?
   – Ông ấy làm việc ở tầng trên đây, trong phòng cạnh thư viện.
6. Ai là người đứng (ở) giữa anh Hùng và anh Minh kia?
   – Đó là chị Kim.
7. Tiệm sách anh thường mua sách là tiệm ở đầu đường hay tiệm ở cuối đường đại học?
8. Phải anh của chị học ở nước ngoài không?
   – Phải. Anh tôi học tại Hamburg ở bên Đức.
9. Anh biết quyển từ điển tiếng Việt của tôi ở đâu không?
   – Nó ở trên bàn trước mặt anh đấy.
10. Phải cái xe VW ở trong sân ngoài của thư viện là của thầy dạy tiếng Việt của chúng ta không?
   – Phải. Đấy là cái xe của ông Khuyến.
11. Gia đình anh ở cái nhà ngoài lớn bên trái tiệm sách „Á Đông" ấy à?
   – Không phải. Gia đình tôi ở cái nhà bên phải tiệm sách ấy.
12. Trong phòng học của các chị có bao nhiêu chỗ ngồi?
13. Tầng trên có phòng làm việc không?
14. Ngoài đường có xe không?
15. Trước nhà có người, phải không?
   – Phải. Trước nhà có trẻ con chơi.

VOKABELN

bên	Seite; neben; LN für einen nicht von einem selbst bewohnten Ort	*phải*	*tay phải* rechte Hand; *bên phải, phía (tay) phải* rechte Seite, rechts
cạnh	Rand, Kante, Grenze, Seite	*phía*	Richtung, Seite
chơi	spielen, sich die Zeit vertreiben, besuchen	*phòng*	Zimmer, Stube, Raum
		sau	hinter, hinten, nach
cuối	Ende	*sân*	Hof
dưới	unter, unten	*tay*	Hand
đằng	Richtung, Seite	*tầng*	Geschoß, Etage
đầu	Kopf, Anfang, Ende	*trái*	*tay trái* linke Hand; *bên trái, phía (tay) trái* linke Seite, links
giữa	Mitte; (in)mitten, zwischen		
mặt	Gesicht, Oberfläche, Seite	*trẻ*	jung
ngoài	außen, draußen, außerhalb	*trẻ con*	Kinder; *đứa trẻ (con)* (das) Kind
nước	Land, Staat		
		trên	oben, auf, über
		trong	innen, drinnen, in
		trước	vorn, vor

ÜBUNG B (Lösung s. S. 179)

Übersetzen Sie ins Vietnamesische:

1. Deine Büchertasche liegt auf dem Stuhl dort.
2. Das obere Buch gehört mir, das untere dir.
3. Unser Unterrichtsraum befindet sich in der Mitte der Etage hier.
4. Auf der linken Seite der Bibliothek ist eine sehr große Buchhandlung.
5. Drinnen ist jemand./Drinnen sind Leute.
6. Es ist kein Buch unter dem Tisch.
7. Willst du rechts oder links von mir sitzen?
8. Gibt es Wörterbücher in dem Raum, in dem du sitzt?

Lektion 13

GRAMMATIK

13.1. Der Verbalsatz mit mehreren Prädikaten

13.1.1. Im Satz mit Verbalprädikat kann ein Subjekt mehrere Prädikate nebeneinander haben. Diese können gleichberechtigt sein, oder sie sind einander untergeordnet.

13.1.2. Wenn die Prädikate gleichrangige Handlungen darstellen, ist ihre Reihenfolge grundsätzlich austauschbar; es sei denn, eine zeitliche Abfolge besteht zwischen ihnen, z. B.
Mẹ tôi ở trong phòng, đọc sách, nghe nhạc.
„Meine Mutter ist drinnen im Zimmer, liest Bücher (und) hört Musik."
Oder auch: *Mẹ tôi đọc sách nghe nhạc ở trong phòng.*
„Meine Mutter liest Bücher (und) hört Musik drinnen im Zimmer."
Oder auch: *Mẹ tôi nghe nhạc đọc sách ở trong phòng.*
„Meine Mutter hört Musik (und) liest Bücher drinnen im Zimmer."
Jedoch:
Chị ấy lấy chồng, sinh con gái.
„Sie heiratete (und) brachte eine Tochter zur Welt."

13.1.3. Nicht austauschbar sind die Prädikate auch, wenn zwischen ihnen a) eine finale (deutsch etwa „zu" oder „um zu"), oder b) eine modale Beziehung besteht.

13.1.4. Beide Prädikate können Objekte haben: $S + P_1(+ O) + P_2(+ O)$, z. B.
Mẹ tôi đi chợ mua đồ ăn.
„Meine Mutter geht zum Markt, um Lebensmittel zu kaufen."
Tôi làm việc, có tiền.
„Dadurch daß ich gearbeitet habe, habe ich Geld (verdient)."

13.1.5. Eine Gruppe von Verben werden in solchen Konstruktionen als erstes Prädikat (P_1) zur näheren Bestimmung der Handlung (P_2) verwendet; im Deutschen werden sie meist als Präposition wiedergegeben.

13.1.6. *dùng, lấy, đi* z. B. werden als P_1 zur näheren Bestimmung des Instruments der Handlung (P_2) verwendet; im Deutschen werden sie oft mit „mit" wiedergegeben, z. B.
Tôi dùng bút chì chép bài.
„Ich schreibe die Lektion mit dem Bleistift (auf)."

Anh lấy báo cũ này làm gì?
„Was machst du mit diesen alten Zeitungen?"
Tôi đi xe đi học.
„Ich fahre mit dem Wagen zum Unterricht."

13.1.7. *giúp, thay, theo* z.B. werden als P_1 zur näheren Bestimmung der Art und Weise der Handlung (P_2) verwendet; im Deutschen werden *giúp, thay* mit „für", *theo* mit „mit" bzw. „nach" wiedergegeben, z.B.
Em tôi theo bố đi xem phim.
„Mein jüngerer Bruder geht mit Vater ins Kino."
Chúng tôi theo sách của ông Khuyến học tiếng Việt.
„Wir lernen Vietnamesisch nach dem Buch von Herrn Khuyến."
Minh giúp mẹ đi mua đồ uống.
„Minh geht die Getränke für seine Mutter kaufen."
Hôm nay tôi thay mẹ đi chợ.
„Heute gehe ich für meine Mutter zum Markt."

13.1.8. Das formal als erstes Prädikat (P_1) verwendete *ở* bringt in solchen Konstruktionen zum Ausdruck, daß der Ort, von dem man weggeht bzw. herkommt (P_2), auch der ist, in dem man wohnt(e) oder weilt(e); im Deutschen wird es mit „von" wiedergegeben. Die Präposition *từ* (deutsch „von (aus)") gibt in diesem Zusammenhang dagegen nur den Ausgangspunkt bzw. den Abfahrtsort an, z.B.
Anh tôi ở Việt Nam đi Đức.
„Mein älterer Bruder in Vietnam fährt nach Deutschland."
Tôi ở nhà đến thư viện.
„Ich gehe von zu Hause in die Bibliothek."
Anh tôi đi Đức từ Hà-nội.
„Mein älterer Bruder fährt nach Deutschland von Hanoi aus."
Anh tôi đi máy bay từ Frankfurt đến Hamburg.
„Mein älterer Bruder fliegt von Frankfurt nach Hamburg."

13.1.9. Als erstes Prädikat (P_1) bei der Konstruktion „*đi* + O + *về*" verwendet, drückt „*đi* + O" aus, wohin man gegangen ist (bzw. geht) und von wo man zurückkommt (bzw. zurückkommen wird); im Deutschen wird *đi* in diesem Zusammenhang mit „von" wiedergegeben, z.B.
Mẹ tôi đi chợ về.
„Meine Mutter kommt vom Markt zurück."
Bố tôi đi làm về.
„Mein Vater kommt von der Arbeit zurück."
Anh tôi đi học (ở Đức) về (Việt Nam).
„Mein älterer Bruder kommt vom Studium (in Deutschland) (nach Vietnam) zurück."
Chị đi đâu về?
„Woher kommst du?"

13.1.10. Zur Angabe des Instruments der Handlung kann anstelle von P_1 (vgl. 13.1.6.) die Konstruktion „bằng + N" verwendet werden; sie wird dem Prädikat der Handlung (bzw. dessen Objekt) nachgestellt, z. B.

Tôi chép bài bằng bút chì.
„Ich schreibe die Lektion mit dem Bleistift (auf)."
Tôi đi học bằng xe.
„Ich fahre mit dem Wagen zum Unterricht."

13.1.11. Zur näheren Bestimmung des Modus der Handlung kann auch die Konstruktion „bằng cách + V + O)" verwendet werden, z. B.

Tôi vẫy tay chào anh ấy.
„Ich winke und grüße ihn."
Oder: *Tôi chào anh ấy bằng cách vẫy tay.*
„Ich grüße ihn durch Zuwinken."
Oder: *Bằng cách vẫy tay tôi chào anh ấy.*
„Durch Zuwinken grüße ich ihn."

ÜBUNG A

1. Anh tên là gì, sinh tại đâu, hiện ở đâu, làm gì?
2. Chiều hôm qua chúng tôi ăn cơm, nói chuyện, nghe nhạc ở nhà ông Khuyến.
3. Anh Minh (ở) đâu, làm gì?
   — Anh ấy ngồi trong phòng bên, làm bài tập.
4. Chị muốn tôi giúp chị mở cửa thư viện không?
5. Hôm nay chị tôi thay mẹ đi chợ mua đồ ăn.
6. Phải anh ấy thường giúp vợ đi chợ mua đồ ăn không?
7. Ngày mai mẹ tôi đi Hà-nội thăm anh tôi.
8. Mẹ tôi lấy máy bay đi Hà-nội thăm anh tôi.
9. Trưa hôm nay mẹ tôi đến sân bay lấy vé máy bay.
10. Anh ở nhà đi gì đến đây?
    — Tôi ở nhà đi xe buýt đến đây.
11. Tôi đi xe buýt với em tôi từ nhà đến đây.
12. Anh ấy vẫy tay gọi tôi.
13. Anh ấy gọi tôi bằng cách vẫy tay.
14. Chúng tôi dùng đũa ăn cơm.
15. Chúng tôi ăn cơm bằng đũa.
16. Tại sao anh ấy ở trong phòng, đóng cửa?
    — Anh ấy ở trong phòng, đóng cửa không muốn tiếp khách.
17. Hôm nay chị ấy không đi thư viện, phải không?
    — Phải. Hôm nay chị ấy bệnh không đi thư viện.

18. Ông Khuyến theo sách nào dạy các anh các chị?
   – Ông ấy theo sách của ông ta dạy chúng tôi.
19. Chị ấy theo chồng đi Đức, đến Hamburg, làm việc tại Viện Á Đông và sinh con gái ở đó.

VOKABELN

bay	fliegen; *máy bay* Flugzeug	*lấy*	nehmen, holen; mit; *lấy chồng, lấy vợ* heiraten; *lấy vé* eine (Eintritts-, Fahr-)Karte lösen
bằng	mittels, mit (zur Angabe des Instruments der Handlung)		
		mở	öffnen, aufmachen, anschalten (z. B. *máy*)
buýt	Bus		
cách	Art und Weise, Methode; *bằng cách* in der Weise, daß; durch	*nghe*	hören, zuhören
		nhạc	Musik
		sinh	gebären, erzeugen; geboren sein
chồng	Ehemann		
dùng	gebrauchen, benutzen; mit	*tại sao*	warum
đến	gehen (bis); kommen, ankommen	*thay*	ersetzen, vertreten; für, anstelle von
đóng	schließen, zumachen	*theo*	folgen; nach, mit
đồ	Allgemeinbezeichnung für Gebrauchsgegenstände	*tiếp*	empfangen (z. B. *khách*)
		từ	von (aus), seit; *từ ... đến* von ... bis
đũa	(Eß)stäbchen		
giúp	helfen; für	*vẫy*	hin- und herbewegen; *vẫy tay* (mit der Hand) winken
hiện (nay)	jetzt, zur Zeit		
khách	Gast, Besucher	*vợ*	Ehefrau

ÜBUNG B (Lösung s. S. 179)

Übersetzen Sie ins Vietnamesische:

1. Ich (Mutter) fahre jetzt zum Markt; Lan, fährst du mit?
2. Wer geht für mich Stühle holen?
3. Hilfst du deiner Mutter oft, Lebensmittel einkaufen zu gehen?
4. Mein Vater ist krank; er geht heute nicht arbeiten.
5. Da er krank ist, empfängt er keinen Besuch.
6. Fährst du nicht mit dem Auto in die Universität?
7. Wo bist du geboren? Wo wohnst du jetzt? Was machst du zur Zeit?
8. Kommst du von zuhause? – Nein, ich komme von der Bibliothek.
9. Gibt es hier Getränke? Gibt es hier keine Getränke?

Lektion 14

GRAMMATIK

14.1. Zeitaspekte der Handlung

14.1.1. Es gibt im Vietnamesischen keine Zeitformen für Verben. Die Zeit, in der sich eine Handlung abspielt, läßt sich gewöhnlich durch Zeitangaben bzw. Sprechsituationen zum Ausdruck bringen (vgl. 10.2.), z.B.
Hôm qua tôi đi xem phim.
„Gestern ging ich ins Kino."
Chiều hôm nay tôi đi xem phim.
„Heute nachmittag gehe ich ins Kino."
Chiều ngày mai tôi làm việc ở thư viện.
„Morgen nachmittag arbeite ich in der Bibliothek."

14.1.2. Um hervorzuheben, daß eine Handlung zur Zeit der Sprechsituation schon stattgefunden hat, gerade stattfindet oder später stattfinden wird, werden folgende Wörter verwendet, und zwar:
đã für den Aspekt der allgemeinen Vergangenheit, des bereits Geschehenen,
vừa oder *mới* für den Aspekt der nahen Vergangenheit,
đang für den Aspekt des Andauerns,
sắp für den Aspekt der nahen Zukunft,
sẽ für den Aspekt der allgemeinen Zukunft, des Beabsichtigens.
Sie stehen in der Regel vor dem Prädikat, z.B.
Tôi đã làm bài tập.
„Ich habe schon die Übung gemacht."
Tôi vừa/mới làm bài tập.
„Ich habe eben gerade die Übung gemacht."
Tôi đang làm bài tập.
„Ich mache (jetzt) gerade die Übung."
Tôi sắp làm bài tập.
„Ich mache bald/gleich die Übung."
Tôi sẽ làm bài tập.
„Ich werde die Übung machen."

14.1.3. *đã* kann auch als Partikel („schon") gebraucht werden, um eine angesagte Handlung oder eine Existenz oder einen Aspekt – außer dem Aspekt der allgemeinen Zukunft – hervorzuheben, z.B.
Ngày mai chị tôi đã đi Đức.
„Morgen fährt meine ältere Schwester schon nach Deutschland."

Trong nhà đã có bố tôi.
„Drinnen (im Haus) ist bereits mein Vater."
Tôi đã đang làm bài tập.
„Ich mache schon die Übung gerade."
Ngày mai tôi đã có tiền.
(Nicht jedoch: *Ngày mai tôi đã sẽ có tiền.* → Ø)
„Morgen habe ich schon Geld."

14.1.4. *mới* wird auch verwendet, um zum Ausdruck zu bringen, daß die angesagte Handlung erst in einer späteren Zeit stattfindet; in diesem Fall steht die Zeitpunktangabe stets am Satzanfang (vgl. 10.2.), z.B.
Ngày mai tôi mới đi xem phim.
„Ich gehe erst morgen ins Kino."
Trưa hôm qua bố tôi mới lấy máy bay đi Đức.
„Erst gestern mittag ist mein Vater nach Deutschland abgeflogen."
Aber: *Tôi mới đi xem phim trưa hôm qua.*
„Ich bin gerade gestern mittag ins Kino gegangen."

14.2. Der Aspekt der Vollendung

14.2.1. Durch Anhängen der Partikel *rồi* an das Ende eines Satzes wird zum Ausdruck gebracht, daß eine Handlung zur Zeit der Sprechsituation, und zwar in der Vergangenheit sowie in der Zukunft, bereits vollendet ist.

14.2.2. In diesem Sinne verwendet, kann *rồi* mit *đã* oder *vừa* auftreten, z.B.
Tôi (đã) làm bài tập rồi.
„Ich habe die Übung (schon) gemacht."
Ngày mai chị ấy đã lấy chồng rồi.
„Morgen wird sie schon geheiratet haben."

14.2.3. *rồi* kann auch allein oder zusammen mit *đã* verwendet werden, um eine angesagte Handlung oder eine Existenz hervorzuheben. Bei dieser Verwendung tritt *rồi* mit *đang* oder *sắp* zusammen auf, z.B.
Bố tôi sắp đến rồi.
„Mein Vater kommt schon bald."
Chiều hôm nay tôi lấy máy bay đi Đức, trưa ngày mai tôi đã (đang) ở Đức rồi.
„Heute nachmittag fliege ich nach Deutschland; morgen mittag bin ich bereits in Deutschland."

14.3. Die Verneinung der Aspekte

14.3.1. Die Verneinung eines Zeitaspektes kann je nach dem Sinne durch Voranstellung des Negationswortes *không* oder *chưa* („noch nicht") vor dem jeweiligen Aspektwort erfolgen.

Chị ấy chưa sắp lấy chồng.
„Sie heiratet noch nicht so bald."
Anh ấy không đang ở thư viện.
„Er ist gerade nicht in der Bibliothek."

14.3.2. Die Verneinung des vollendeten Aspektes erfolgt durch *chưa* beim Prädikat, z. B.
Tôi chưa làm bài tập 14 rồi.
„Ich habe die Übung 14 noch nicht fertig gemacht."

14.3.3. *chưa* wird auch verwendet, um zum Ausdruck zu bringen, daß die jeweilige Handlung zur Zeit der Sprechsituation überhaupt noch nicht stattgefunden bzw. begonnen hat, z. B.
Ngày mai bố tôi chưa lên đường đi Đức.
„Mein Vater fliegt morgen noch nicht nach Deutschland ab."

14.3.4. Die Alternativfragestellung in der Form „*Auss + Neg" lautet hier: „*Auss + *chưa*", z. B.
Chị (đã) làm bài tập chưa? – Rồi.
„Hast du die Lektion schon gemacht?" – „Ja, schon."
Ngày mai anh (đã) đang ở Việt Nam chưa? – Chưa.
„Bist du morgen schon in Vietnam?" – „Noch nicht."
Các anh sắp đi ăn trưa chưa? – Sắp.
„Geht ihr bald Mittag essen?" – „Ja, bald."

ÜBUNG A

1. *Trời sắp tối chưa?*
   – *Trời sắp tối rồi.*
2. *Chị vừa nói gì?*
   – *Tôi vừa nói trời sắp tối rồi.*
3. *Ông ấy đến chưa?*
   – *Chưa.*
4. *Anh ấy chưa giúp tôi đi mua đồ uống sao?*
   – *Anh ấy đang giúp anh đi mua đồ uống rồi.*
5. *Chị ấy đã lên đường về nhà rồi chăng?*
   – *Chưa, chị ấy đang sắp lên đường về.*
6. *Anh ấy đã bắt đầu đi làm rồi hay còn đang đi học?*
   – *Anh ấy còn đang đi học, chưa bắt đầu đi làm.*
7. *Đây là quyển sách chị vừa/mới mua hôm qua, phải không?*
   – *Phải, đó là quyển sách tôi vừa mua hôm qua.*
8. *Chị có biết chị Kim sắp theo chồng đi Pháp không?*
   – *Có, tôi đã biết.*

9. Sáng hôm nay mẹ anh mới lấy máy bay đi Hà-nội thăm anh anh, phải không?
   – Không phải, mẹ tôi đã lấy xe lửa đi Hà-nội chiều hôm qua rồi.
10. Ngày mai là ngày nghỉ, chị làm gì ngày mai?
    – Sáng ngày mai tôi đi thăm một cô bạn ở ngoài thành phố; chiều (ngày mai) tôi sẽ đi viện bảo tàng.
11. Hùng và Minh không có ở đây. Các anh ấy ở đâu?
    – Các anh ấy đang đi lấy ghế.
12. Chị (đã) học bài 13 chưa?
    – Rồi. [Tôi học bài 13 rồi.]
13. Anh (đã) ở Việt Nam chưa?
    – Chưa. [Tôi chưa ở Việt Nam.]
14. Chị ăn sáng chưa?
    – Tôi ăn sáng rồi.
15. Anh làm bài 14 rồi chưa?
    – Chưa, tôi còn đang làm.

VOKABELN

bảo tàng	Schatz; *viện bảo tàng* Museum	*nghỉ*	(s. aus)ruhen, Urlaub machen; *ngày nghỉ* Feiertag
bạn	Freund, Kamerad	*Pháp*	Frankreich; französisch
bắt đầu	(fangen – Kopf:) anfangen	*phố*	(Geschäfts-)Straße, Geschäftsviertel (der Stadt)
chưa	noch nicht		
còn	noch	*rồi*	Aspekt der Vollendung; bereits, schon
dạo	spazieren; *đi dạo* spazierengehen	*sáng*	hell; Morgen, Vormittag
đã	Aspekt der allgemeinen Vergangenheit; bereits, schon	*sắp*	Aspekt der nahen Zukunft; bald, in Kürze
		sẽ	Aspekt der Zukunft; werden
đang	Aspekt des Andauerns; gerade (jetzt)	*thành phố*	Stadt
đang sắp	im Begriff sein	*tối*	dunkel; Abend
lên	hinauf-, heraufgehen, -steigen	*vừa (mới)*	Aspekt der nahen Vergangenheit; gerade eben, vor kurzem
lên đường	s. auf den Weg machen		
lửa	Feuer; *xe lửa* Eisenbahn, Zug		
mới (vừa)	Aspekt der nahen Vergangenheit; gerade, neulich, vor kurzem		
mới	erst (in einer späteren Zeit)		

ÜBUNG B (Lösung s. S. 179)

Übersetzen Sie ins Vietnamesische:

1. Hast du die vietnamesische Sprache gelernt?
2. Hast du bereits gefrühstückt?
3. Machst du dich bald auf den Weg in die Bibliothek?
4. Kauft dein Vater in Kürze einen großen und neuen Wagen?
5. Was hast du (eben) gerade gesagt?
6. Ich habe noch nicht verstanden, was er will.
7. Wird morgen schönes Wetter sein?
8. Wann fängst du an, die Übungsaufgabe von heute zu machen?
9. Wirst du heute abend diese Übungsaufgabe bereits gemacht haben?
10. Morgen früh fliege ich mit dem Flugzeug von Frankfurt aus nach Vietnam.

Lektion 15

GRAMMATIK

15.1. Die Gegenüberstellung von Zeitaspekten der Handlungen

15.1.1. Wenn im Satz mit mehreren Verbalprädikaten ausgedrückt werden soll, daß die erste Handlung (P_1) noch andauert, wenn die zweite Handlung (P_2) einsetzt, ist *đang* dem P_1 voranzustellen, z. B.

Trời đang nắng, bỗng mưa.
„Die Sonne schien noch, (und) plötzlich regnete es."
Tôi đang đi chơi ở phố, gặp anh Minh.
„Als ich in der Stadt spazierenging, traf ich Minh."

15.1.2. Wenn im Satz mit mehreren Verbalprädikaten ausgedrückt werden soll, daß die erste Handlung (P_1) abgeschlossen ist, bevor die zweite Handlung (P_2) einsetzt, ist *rồi* dem P_1 oder ggf. dessen Objekt anzuhängen, z. B.

Tôi học tiếng Việt rồi, đã học tiếng Trung Hoa.
„Nachdem ich die vietnamesische Sprache studiert hatte, habe ich die chinesische Sprache studiert."
Bố tôi ăn sáng rồi, sẽ đi phố.
„Wenn mein Vater gefrühstückt hat, wird er in die Stadt gehen."

15.1.3. In einem erzählenden Ablauf kann *rồi* auch vor dem jeweiligen Prädikat bzw. am Satzanfang stehen. Die Konstruktion entspricht dem deutschen „dann", „danach", z. B.

Tôi đi học, rồi đi mua sách, rồi đi xem phim.
„Ich gehe zum Unterricht, dann Bücher kaufen, dann ins Kino."
Rồi anh làm gì?
„Was machst du dann?"

15.1.4. Wenn im Satz mit mehreren Verbalprädikaten ausgedrückt werden soll, daß die Handlungen (P_1, P_2) gleichzeitig stattfinden, ist *vừa* jedem Prädikat voranzustellen, z. B.

Anh ấy vừa đi học vừa đi làm.
„Er studiert und arbeitet gleichzeitig."
Chúng tôi vừa đi vừa nói chuyện.
„Wir gehen und unterhalten uns gleichzeitig."

15.1.5. Wenn im Satz mit mehreren Verbalprädikaten ausgedrückt werden soll, daß die zweite Handlung (P_2) von dem Geschehen der ersten Handlung (P_1) ab-

hängt, ist *mới* dem P₂ voranzustellen; das P₁ wird meist durch *có* betont. Die Konstruktion „*có – mới*" entspricht etwa im Deutschen „erst wenn – (dann)", z. B.
Tôi có bệnh mới ở nhà.
„Erst wenn ich krank bin, bleibe ich zu Hause." Oder auch:
„Weil ich krank war, blieb ich zu Hause."
Tôi có nhiều tiền mới mua xe.
„Erst wenn ich viel Geld habe, kaufe ich einen Wagen."

15.1.6. Die Konstruktion „*đã – rồi mới*" wird im Satz mit mehreren Verbalprädikaten verwendet, um auszudrücken, daß die Vollendung der ersten Handlung (P₁) die (erwünschte oder imperative) Voraussetzung für die zweite Handlung (P₂) ist; in diesem Fall ist *đã* dem P₁ oder ggf. dessen Objekt anzuhängen, und *rồi mới* dem P₂ oder ggf. dessen Subjekt voranzustellen. Die Konstruktion entspricht etwa dem Deutschen „(sollen) erst – dann", z. B.
Tôi làm bài đã, rồi mới đi chơi.
„Erst mache ich die Übung, dann gehe ich spazieren."
Chúng ta ăn cơm đã, rồi mới đi xem phim.
„Wir sollen erst essen, dann ins Kino gehen."
Anh đi chơi phố không? – Trời đẹp đã!
„Gehst du mit in der Stadt bummeln?" – „Erst, wenn das Wetter schön ist!"

15.2. Weitere Verwendbarkeiten von Aspektwörtern

15.2.1. *vừa* bildet die Konstruktion „*vừa – vừa*" (deutsch „sowohl – als auch"), die verwendet wird, um mehrere gleichrangige Aspekte einer Handlung oder eines Zustandes auszudrücken, z. B.
Học tiếng Việt vừa dễ vừa hay.
„Die vietnamesische Sprache zu lernen, ist sowohl leicht als auch interessant."
Hôm nay trời vừa đẹp vừa nóng.
„Das Wetter heute ist sowohl schön als auch warm."

15.2.2. *đã* bildet die Konstruktion „*đã – còn nữa*" (deutsch „nicht nur – sondern auch noch"), z. B.
Em ấy đã giỏi còn chăm nữa.
„Er ist nicht nur begabt, sondern auch noch fleißig."
Trời đã mưa còn lạnh nữa.
„Es ist nicht nur regnerisch, sondern auch noch kalt."

ÜBUNG A

1. Gia đình chúng tôi đang ăn cơm tối, chị ấy đến.
2. Chúng tôi còn đang ăn cơm tối, chị ấy đã đến.

3. Tôi đang đi dạo ở phố bỗng gặp anh ấy.
4. Chị ấy ăn cơm tối rồi đã đi xem kịch với tôi.
5. Tôi ăn cơm tối rồi, chúng ta sẽ đi xem kịch.
6. Tôi sẽ đến nhà anh, rồi chúng ta cùng đi thăm viện bảo tàng.
7. Em ấy chưa ăn tối đã đi ngủ.
8. Em ấy chưa làm bài tập, đã đi chơi rồi.
9. Bà ấy đã 45 tuổi chưa có con.
10. Ông ấy đã 70 tuổi vẫn còn khỏe.
11. Lan mới 17 tuổi đã kết bạn.
12. Mẹ tôi về đã, rồi tôi mới đi nghe nhạc.
13. Chúng ta làm bài tập đã, rồi mới đi nghe nhạc.
14. Anh vừa đến đã đi sao?
15. Ông ấy có hỏi, tôi mới nói.
16. Bố anh không có ở nhà, tôi mới đến.
17. Ông ấy có không mua xe của anh, tôi mới mua.
18. Chúng tôi vừa ăn cơm, vừa nói chuyện, vừa nghe nhạc.
19. Hôm qua trời vừa nắng vừa nóng.
20. Trời đã mưa còn lạnh nữa.
21. Em ấy vừa dốt vừa lười.
22. Em ấy đã giỏi còn chăm nữa.
23. Chào chị Kim, chị mạnh không?
  —Cảm ơn anh, tôi mạnh.

VOKABELN

bỗng	plötzlich, auf einmal	*khỏe*	stark, kräftig, gesund
chăm	fleißig	*kịch*	Theater, Schauspiel
có – mới	erst wenn – (dann)	*lạnh*	kalt, kühl
dốt	ungebildet, unwissend, dumm	*mạnh*	gesund, stark, kräftig
đã – còn (nữa)	nicht nur – sondern auch (noch)	*mới – đã*	erst (gerade) – und schon
đã – rồi mới	(sollen) erst – dann	*ngủ*	schlafen
gặp	(an)treffen, begegnen, sehen	*nóng*	heiß, warm
giỏi	begabt, bewandert, tüchtig, gut	*rồi*	dann, danach
		tuổi	(Lebens-)Jahr, Alter; Jahr(e) alt sein
kết	verbinden, anknüpfen, schließen	*vẫn*	nach wie vor, immer noch
kết bạn	Freundschaft schließen; heiraten	*vừa – đã*	kaum – und schon
		vừa – vừa	1) gleichzeitig, während 2) sowohl – als auch

ÜBUNG B (Lösung s. S. 180)

Übersetzen Sie ins Vietnamesische:

1. Als ich gestern nachmittag im Begriff war, die Übungsaufgabe zu machen, kam mein Freund Thành.
2. Ich machte erst die Übung fertig, dann ging ich mit ihm bummeln.
3. Wir gingen ins Kino, dann spazieren; danach haben wir in einem vietnamesischen Restaurant gegessen.
4. Der Film war sowohl lang als auch langweilig.
5. Das Restaurant war sowohl gut als auch gemütlich.
6. Als wir uns kaum auf den Heimweg gemacht hatten, fing es an zu regnen.
7. Wir nahmen ein Taxi, um zu ihm nach Hause zu fahren, dann zu mir.

Lektion 16

GRAMMATIK

16.1. Das Modalverb

16.1.1. Modalverben treten vor das Verb, um auf die objektiven bzw. subjektiven Bedingungen (Möglichkeit bzw. Fähigkeit, Notwendigkeit, Verpflichtung, Erlaubnis, Absicht, Neigung) für die Verwirklichung einer Verbalhandlung hinzuweisen, z.B.
Tôi biết, nên, phải, được, muốn bơi.
„Ich kann, soll, muß, darf, will schwimmen."

16.1.2. Die Verneinung erfolgt im Regelfall beim Modalverb, z.B.
Chị ấy không muốn đến.
„Sie will nicht kommen."
Em ấy chưa được hút thuốc.
„Er/sie darf noch nicht rauchen."

16.1.3. Bei *có thể* („können" im Sinne von „in der Lage sein") kann die Verneinung, je nach dem Sinn, bei *có thể* oder beim Hauptverb oder gleichzeitig bei beiden erfolgen, z.B.
Tôi không (có) thể đến.
„Ich kann nicht kommen."
Chị ấy có thể không hiểu anh.
„Sie kann (möglicherweise) dich nicht verstehen."
Anh ấy không thể không muốn giúp tôi.
„Er kann unmöglich nicht wollen, daß er mir hilft."

16.1.4. In einem Satz mit „Subjekt-Prädikat-Konstruktion" als Hauptprädikat (vgl. 9.1.2.) kann *có thể* bzw. *không (có) thể* auch als Subjekt (siehe Verbalkonstruktion als Subjekt) auftreten. Die Konstruktion entspricht etwa dem deutschen „es ist möglich (bzw. nicht möglich), daß ...", z.B.
Có thể (là) tôi không đến.
„Es ist möglich, daß ich nicht komme."
Có thể (là) chị ấy không hiểu anh.
„Es ist möglich, daß sie dich nicht versteht."
Không thể (là) chị ấy đã đi rồi.
„Es ist unmöglich, daß sie schon gegangen ist."

Không thể (là) anh ấy không muốn giúp tôi.
„Es ist nicht möglich, daß er mir nicht helfen will."

16.1.5. Die entsprechende Anwendung der Frageformen ist:
a) *Có thể (là)* + Aussagesatz + [*không*, Finalpartikel]
b) *Không thể (là)* + Aussagesatz + Finalpartikel
z.B.
Có thể (là) chị ấy bệnh không?
„Ist es möglich, daß sie krank ist?"
Không thể (là) chị ấy đi rồi sao?
„Wäre es nicht möglich, daß sie schon gegangen ist?"

16.1.6. In einem Satz mit „Verbal-" oder „Subjekt-Prädikat-Konstruktion" als Subjekt kann *được* als Hauptprädikat (deutsch etwa „in Ordnung sein") auftreten. Bei der Verwendung tritt *được* in einem Aussagesatz meist mit *cũng* zusammen auf, z.B.
Đi xem phim cũng được.
„Ins Kino gehen, das paßt mir auch."
Đi xem phim cũng được, đi xem kịch cũng được.
„Ins Kino oder ins Theater gehen, beides geht/ist mir recht."
Anh mua quyển sách (đó) cũng được, không mua cũng được.
„Ob du das Buch kaufst oder nicht, beides ist mir recht."

16.1.7. Die entsprechende Anwendung der Frageformen ist:
a) Aussagesatz, + *được* + [*không*, Finalpartikel]
b) Aussagesatz, + *không được* + Finalpartikel
z.B.
Ngày mai tôi ở nhà, được không? – Được.
„Morgen bleibe ich zu Hause, geht das?" – „Das geht."
Tôi đi mua sách rồi mới làm bài tập, không được sao? – Có chứ.
„Erst gehe ich ein Buch/Bücher kaufen, dann mache ich die Übung; geht das denn nicht?" – „Doch."

16.2. Die adverbiale Bestimmung

16.2.1. Neben den eigentlichen Adverbien können auch Adjektive sowie Verbalkonstruktionen als adverbiale Bestimmungen zu Prädikaten gebraucht werden (vgl. 13.1.3.–13.1.9.), z.B.
Anh ấy vội về nhà.
„Er hat(te) es eilig, nach Hause zu gehen." Oder auch:
„Er geht/ging eilig nach Hause."
Tôi sẽ cố gắng giúp chị.
„Ich werde mich bemühen, dir zu helfen." Oder auch:
„Ich werde dir nach besten Kräften helfen."

Chị ấy im lặng làm bài tập.
„Sie macht die Übung in Ruhe."
Các sinh viên chú ý nghe thầy giáo.
„Die Studenten hören aufmerksam dem Lehrer zu."
Tý rất/hết sức chăm.
„Tý ist sehr/äußerst fleißig."

16.2.2. Bei Verneinung der Satzaussage steht das Negationswort vor der adverbialen Bestimmung, z. B.

Chị ấy không vội đi chợ.
„Sie hat(te) es nicht eilig, zum Markt zu gehen."
Nó không cố gắng ngủ.
„Er bemüht(e) sich nicht, einzuschlafen."
Tý không lười học.
„Tý ist nicht faul (im Lernen)."

Vergleiche:

Chị ấy vội, không đi chợ.
„Sie hat(te) es eilig, (daher) geht sie nicht zum Markt."
Nó cố gắng không ngủ.
„Er bemüht(e) sich, nicht einzuschlafen."
Tý lười không học.
„Tý ist faul (und) lernt nicht."

ÜBUNG A

1. *Chúng tôi rất thích học tiếng Việt.*
2. *Chị vội đi đâu bây giờ?*
3. *Em ấy có gắng sức học tập không?*
4. *Các anh ấy im lặng ngồi chú ý nghe nhạc.*
5. *Chị có thể giúp tôi lái xe không? Tôi hết sức buồn ngủ.*
6. *Em ấy không thích bơi hay nó không biết bơi?*
7. *Chị có cần về nhà bây giờ không?*
8. *Hôm nay tôi chưa phải đi làm; ngày mai tôi mới phải đi làm.*
9. *Chiều hôm nay chúng ta nên đến thăm anh Minh; anh ấy bệnh từ hôm qua.*
10. *Sáng hôm nay tôi vừa được thư của mẹ tôi ở Việt Nam.*
11. *Ở đây được đá bóng không?*
    –Ở đây không được đá bóng. Các em có thể đá bóng (ở) sau nhà.
12. *Tôi định ngày mai đến thăm anh, được không?*
    –Được lắm; ngày mai tôi còn được nghỉ.
13. *Có thể anh ấy không muốn đi xem phim với chúng ta không?*
    –Không. Anh ấy rất bận.
14. *Chiều hôm nay tôi không đến, được không?*
    –Anh đến cũng được, (anh) không đến cũng được.

Lektion · Bài 16

15. *Em ấy lười đi học, chăm đi đá bóng, phải không?*
16. *Anh có thể giúp tôi làm một việc nhỏ không?*
    — Tôi sẵn sàng giúp chị.

VOKABELN

biết	(MV) können, etwas zu tun verstehen (aufgrund von erworbenen Fähigkeiten)	*được*	(V) bekommen, erhalten; in Ordnung sein; (MV) dürfen, erlaubt sein
bóng	Ball, Ballon (Kl: *quả*)	*gắng sức*	seine Kräfte aufbieten, sein Bestes tun
bơi	schwimmen	*im lặng*	ruhig, still
buồn	Verlangen haben nach, wollen; *buồn ngủ* schläfrig, müde	*không thể*	verneinte Form von *có thể*
cần	(V) benötigen; (MV) brauchen, müssen (verpflichtet sein); (Adj) nötig, dringend	*lái*	lenken, steuern; *lái xe* Auto fahren
chú ý	seine Aufmerksamkeit richten; aufmerksam	*lười*	faul, träge
		nên	sollen
		phải	müssen (formeller als *cần*)
có thể	(V) möglich sein (infolge von Umständen); (MV) können, vermögen, fähig sein, in der Lage sein; dürfen	*sẵn sàng*	bereit(willig), willens
		sức	Kraft, Stärke
		thích	gern (mögen, tun); Spaß machen
đá	(mit dem Fuß) stoßen; *đá bóng* Fußball spielen	*thư*	Brief
		vội	eilig, schnell, rasch, hastig; sich beeilen
định	beabsichtigen, wollen		

ÜBUNG B (Lösung s. S. 180)

Übersetzen Sie ins Vietnamesische:

1. Ich kann schwimmen (da ich es gelernt habe); wir können schwimmen gehen.
2. Jetzt kann ich nicht mehr Auto fahren (da ich viel getrunken habe); wir müssen ein Taxi nehmen.
3. Ich verstehe Vietnamesisch; Sie (Herr) können Vietnamesisch sprechen.
4. Hier darf man rauchen; wir können rauchen.
5. Als ich gerade spazierengehen wollte, kam er.
6. Mußt du morgen arbeiten gehen? Ich brauche morgen nicht arbeiten zu gehen.
7. Der Lehrer hat gesagt, wir sollten dieses Wörterbuch nicht benutzen; es ist so sehr schlecht.
8. Ist es möglich, daß er nicht gern Reis ißt?
9. Es ist unmöglich, daß er nicht sein Bestes tun will, um dir zu helfen.
10. Wir sollten ruhig und aufmerksam dem Lehrer zuhören.

Lektion 17

GRAMMATIK

17.1. Das Komplement des Grades

17.1.1. Verben und Adjektive können außer durch adverbiale Bestimmungen auch durch, als sogenannte Komplemente des Grades verwendete, Adjektive, Verbal- und Subjekt-Prädikat-Konstruktionen modifiziert werden.

17.1.2. Komplemente des Grades werden dem Verb bzw. dem Adjektiv nachgestellt. Hat das Verb ein Objekt, so steht das Komplement hinter dem Objekt, z. B.
Chị ấy học chăm.
„Sie lernt fleißig."
Hôm nay trời đẹp ghê.
„Heute ist das Wetter schrecklich/sehr schön."
Cô ấy làm việc muốn chết.
„Sie arbeitet schrecklich viel." Oder: „Sie arbeitet sich tot."
Đứa trẻ ăn cơm nhiều tôi sợ.
„Das Kind ißt furchtbar viel." Oder: „Das Kind ißt so viel, daß ich mich ängstige."

17.1.3. Bei Verneinung kann das Negationswort vor dem Komplement oder vor dem Prädikat — bei gleicher Sinnbedeutung — stehen, z. B.
Trời nóng không ghê.
Oder auch: *Trời không nóng ghê.*
„Das Wetter ist nicht so furchtbar heiß."
Đứa trẻ học chăm tôi không sợ.
Oder auch: *Đứa trẻ học không chăm tôi sợ.*
Oder auch: *Đứa trẻ không học chăm tôi sợ.*
„Das Kind lernt nicht so fleißig, daß ich mich ängstige."

17.1.4. *cho* und *đến* können als Hilfswörter zu Komplementen des Grades gebraucht werden, und zwar:
cho, um den erwünschten Verlauf einer Handlung bzw. einen Imperativ zu kennzeichnen, und
đến, um den Verlauf einer abgeschlossenen, einer für abgeschlossen gehaltenen oder einer häufig in der durch das Komplement beschriebenen Weise stattfindenden Handlung näher zu bestimmen; bei Subjekt-Prädikat-Konstruktionen steht *đến* vor ihrem Prädikat, oder die Konstruktionen können durch *đến nỗi* eingeleitet werden, z. B.

Anh nên học tiếng Việt cho chăm.
„Du solltest die vietnamesische Sprache ganz fleißig lernen."
Trời nóng đến ghê.
„Das Wetter ist so furchtbar heiß."
Chị ấy nói nhanh tôi đến sợ.
Oder auch: *Chị ấy nói nhanh đến nỗi tôi sợ.*
„Sie spricht so furchtbar schnell."/„Sie spricht so schnell, daß ich mich ängstige."

17.1.5. Bei Verneinung kann das Negationswort vor *đến* bzw. *đến nỗi,* nicht jedoch vor *cho,* stehen, z. B.
Anh ấy đã không học tiếng Việt cho chăm.
„Er hat die vietnamesische Sprache nicht so fleißig gelernt, wie es sein sollte."
Trời lạnh không đến sợ.
Oder auch: *Trời không lạnh đến sợ.*
„Das Wetter ist nicht so furchtbar kalt."
Anh ấy làm việc nhiều không đến nỗi tôi sợ.
Oder auch: *Anh ấy làm việc không nhiều đến nỗi tôi sợ.*
Oder auch: *Anh ấy không làm việc nhiều đến nỗi tôi sợ.*
„Er arbeitet nicht so schrecklich viel."/„Er arbeitet nicht so viel, daß ich mich ängstige."

17.2. Das vorangestellte Objekt

17.2.1. Im Satz mit Verbalprädikat kann das Objekt durch Voranstellung am Satzanfang (O + S + P) oder, bei Beibehaltung der Stellung des Subjekts, vor dem Verb (S + O + P) hervorgehoben werden.

17.2.2. Voraussetzung hierfür ist, daß
a) eine Gegenüberstellung vorliegt und/oder
b) das Objekt durch mehrere oder umfangreiche Attribute besonders erweitert ist, z. B.
Anh uống cà phê không? – Không, cà phê tôi không uống.
„Trinkst du Kaffee?" – „Nein, Kaffee trinke ich nicht."
Chị sinh viên nhỏ đang ngồi đọc báo ở trước cửa kia tôi quen.
„Die kleine Studentin, die jetzt gerade vor der Tür da sitzt und Zeitung liest, kenne ich."
Tất cả gia đình anh ấy tôi quen.
„Seine ganze Familie kenne ich."
Tôi nghèo lắm, một đồng cũng không có.
„Ich bin ganz arm; nicht einmal einen đồng habe ich."

ÜBUNG A

1. Em thích đá bóng không?
   —Đá bóng em thích hết sức.
2. Anh đã đọc truyện gì của Khái Hưng rồi?
   —Tất cả các truyện ngắn của Khái Hưng tôi đọc rồi.
3. Chị muốn đi xem cuốn phim „Người nghèo" không?
   —Cuốn phim dở chết ấy tôi không xem.
4. Ở đó trời mưa nhiều hay ít?
   —Ở đó trời mưa ghê lắm.
5. Trời hôm nay đẹp hay xấu?
   —Trời hôm nay xấu muốn chết.
6. Tại sao chị ấy buồn thế?
   —Con mèo của chị ấy chết; chị ta buồn đến muốn khóc.
7. Ông ấy nói chuyện hay hay dở?
   —Ông ấy nói chuyện người ta đến buồn ngủ.
8. Chị ấy nói tiếng Việt thế nào?
   —Chị ấy nói tiếng Việt chúng tôi phải phục.
9. Bây giờ tôi phải về nhà cho nhanh; mẹ tôi đang đợi (tôi).
10. Ngày mai chúng ta lên đường thật sớm; tối hôm nay các con nên đi ngủ cho sớm.
11. Cuốn truyện dài anh đang đọc đấy không hay cho lắm.
12. Em ấy ăn chậm tôi đến sợ.
13. Bố tôi đang làm việc bận hết sức, không thể tiếp ông bây giờ.
14. Người Pháp làm thợ ảnh ở đây mà anh quen tôi cũng quen.
15. Những cuốn từ điển nào chị không dùng?
16. Các người ấy nói chuyện bằng tiếng gì?

VOKABELN

bằng	auf	*đợi*	warten (auf), erwarten
chậm	langsam	*ghê*	s. fürchten vor; sehr, furchtbar, schrecklich
chết	sterben; tot; sehr, äußerst, tot-; *muốn chết* äußerst, schrecklich, tot-	*hết*	enden, zu Ende kommen; verbrauchen
cho	Hw zum Komplement des Grades	*hết sức*	sehr, äußerst; mit aller Kraft, nach besten Kräften
cuốn	Rolle; einrollen; Kl für Bücher, Filme	*Khái Hưng*	vietnamesischer Romancier (1896–1947)
dài	lang	*khóc*	weinen; *muốn khóc* fürchterlich, schrecklich, zum Heulen zumute
đến	Hw zum Komplement des Grades; *đến nỗi* so ... daß		

ngắn	kurz	*tất cả*	alles, vollständig, ganz; alle (in Verbindung mit *các*, *những*, usw.)
nghèo	arm, bedürftig, mittellos		
người ta	man, andere, die anderen, die Leute		
		thật	wirklich, wahrhaftig, ganz
nhanh	schnell, rasch	*thế*	so, derartig; also
phục	s. unterwerfen, bewundern	*thế nào*	wie, in welcher Weise
sợ	(be)fürchten, s. fürchten vor; sehr, furchtbar, schrecklich	*truyện*	Geschichte, Erzählung; *truyện dài* Roman; *truyện ngắn* Kurzgeschichte
sớm	früh, frühzeitig		

ÜBUNG B (Lösung s. S. 180)

Übersetzen Sie ins Vietnamesische:

1. Diesen totlangweiligen Roman lese ich nicht.
2. Den Mann, der jetzt gerade dort sitzt und eine Zeitung liest, kenne ich.
3. Welche Bücher von ihm hast du schon gelesen?
4. Alle Bücher von ihm, die ich gekauft habe, habe ich schon gelesen.
5. Das Wetter ist heute furchtbar heiß; ich gehe jetzt schwimmen.
6. Wie war das Wetter gestern?
   −Gestern war das Wetter sehr schlecht, so schlecht, daß ich krank werden könnte.
7. Mutter wartet schon auf uns zu Hause; wir sollen ein Taxi nehmen, um ganz schnell nach Hause zu fahren.
8. Ich kann Vietnamesisch; wir können uns (auf) Vietnamesisch unterhalten.

Lektion 18

GRAMMATIK

18.1. Das indirekte Objekt

18.1.1. Manche Verben können aufgrund ihrer Bedeutung in Verbindung mit zwei Objekten stehen.

18.1.2. Das einem deutschen Dativ entsprechende Objekt steht in der Regel unmittelbar hinter dem Prädikat, z. B.
Mẹ tôi cho tôi tiền.
„Meine Mutter gibt mir Geld."
Tôi tặng em trai tôi một cái bút máy mới.
„Ich schenke meinem jüngeren Bruder einen neuen Füllfederhalter."
Ai bảo anh cái tin đó?
„Wer hat dir diese Nachricht mitgeteilt/überbracht?"

18.2. Das Objekt mit *cho*

18.2.1. *cho* leitet bei einer Gruppe von Verben ein indirektes Objekt ein. Es handelt sich um Handlungen, die ein „Geben" im weiteren Sinn einschließen. Das indirekte Objekt bezeichnet den Empfänger, der von der Handlung profitiert.

18.2.2. Bei einer Gruppe dieser Verben (z. B. *đưa, gửi, viết*) ist *cho* zur Einleitung des indirekten Objekts meist notwendig; bei einer anderen (z. B. *dạy, bảo, tặng*) kann es entfallen.

18.2.3. Wird jedoch das direkte Objekt vor das indirekte gestellt, so ist *cho* zur Einleitung des indirekten Objektes stets notwendig.

18.2.4. Ein direktes Objekt, das aus einem unbestimmten Nomen besteht, wird im Regelfall vor „*cho* + indirektes Objekt" gestellt.
Beispiele:
Tôi gửi cho mẹ tôi một cái thư.
„Ich schicke meiner Mutter einen Brief."
Bà Khuyến dạy anh tôi nhạc.
„Frau Khuyến bringt meinem älteren Bruder Musik bei."
Tôi viết thư cho mẹ tôi.
„Ich schreibe meiner Mutter einen Brief."

Mẹ tặng (cho) em Tý một quả bóng.
„Mutter schenkt dem kleinen Bruder Tý einen Ball."
Anh đã đưa tiền cho chị ấy chưa?
„Hast du ihr das Geld gegeben?"
Tôi đã bảo cái tin này cho chị ấy rồi.
„Ich habe ihr bereits diese Nachricht überbracht."

18.2.5. *cho* leitet auch ein im Deutschen mit „für" verbundenes Objekt ein. Hierfür gibt es zwei Bedeutungen:
a) „für, zugunsten von"; in dieser Bedeutung ist *cho* mit *giúp* (bzw. *giùm*) austauschbar;
b) „für, anstelle von"; in dieser Bedeutung ist *cho* mit *thay* austauschbar.

18.2.6. In diesen Bedeutungen verwendet, stehen „*cho* + Objekt" in der Regel hinter den anderen Objekten, falls diese vorhanden sind (vgl. 18.2.3.–18.2.4.).

18.2.7. Werden *giúp* bzw. *thay* in dieser Position verwendet, so liegt das Hauptgewicht auf dem ersten Prädikat – im Unterschied zu 13.1.7.
Beispiele:
Anh có thể làm gì cho/giúp tôi?
„Was kannst du für mich tun?"
Ông muốn tôi mua cái xe cũ chết này của ông cho/giùm ông sao?
„Möchten Sie etwa, daß ich Ihnen diesen schrecklichen alten Wagen abkaufe?"
Tôi viết cho em gái tôi ở Đức một cái thư cho/thay mẹ tôi.
„Ich schreibe für meine Mutter einen Brief an meine jüngere Schwester in Deutschland."

18.2.8. Bei einer Gruppe von Verben (z.B. *vay, mượn, thuê*) verkehrt sich die Handlung in die Gegenrichtung; „*cho* + indirektes Objekt" stehen daher vor dem Prädikat; andernfalls wird das indirekte Objekt durch *của* (dt. „von") eingeleitet:

cho x mượn y	„an jemanden (x) etwas (y) ausleihen"
mượn y **của x**	„etwas (y) von jemandem (x) ausleihen"

Beispiele:
Ông Khuyến cho tôi vay/mượn hai mươi đồng.
„Herr Khuyến leiht mir zwanzig đồng."
Chị cho anh Minh mượn quyển từ điển này, được không?
„Leihst du Minh dieses Wörterbuch, geht das?"
Bà ta không muốn cho sinh viên thuê cái nhà.
„Sie will die Wohnung nicht an Studenten vermieten."
Tôi vay/mượn (của) ông Khuyến mười đồng.
„Ich leihe von Herrn Khuyến zehn đồng."
Tôi mượn quyển từ điển này của anh cho chị ấy, được không?
„Ich leihe dieses Wörterbuch von dir für sie, geht das?"

ÜBUNG A

1. Tôi đã cho nó tiền rồi, nó còn muốn gì nữa?
2. Chị gửi tiền cho ông ấy, rồi ông ấy mới gửi sách cho (chị).
3. Tôi đã nhờ anh Minh việc ấy cho ông rồi.
4. Anh đã trả ông Khuyến quyển từ điển tiếng Việt cho tôi chưa?
5. Chị ấy đã viết cho bà chủ nhà hai cái thư, bà ấy vẫn chưa trả lời chị ấy.
6. Bố tôi trao cho tôi năm mươi đồng đi trả tiền điện.
7. Anh tặng cho em ấy quả bóng này, nó sẽ mừng muốn chết.
8. Chiều hôm qua ông Khuyến gọi giây nói cho tôi hỏi (tôi) bao giờ chúng ta đến nhà ông ấy chơi.
9. Tôi không có đủ tiền, vay (của) chị Kim chín mươi đồng trả tiền (thuê) nhà.
10. Anh ấy để quên từ điển ở nhà, mượn từ điển của tôi làm bài tập.
11. Chị ấy cho tôi vay tiền và cho anh Minh mượn từ điển.
12. Tôi đã hỏi thuê nhà của bà ấy cho anh rồi. Bà ấy không cho sinh viên thuê nhà.
13. Chị Kim vừa đi mua quà sinh nhật cho mẹ.
14. Hôm nay mẹ bệnh, Lan đi mua đồ ăn cho mẹ.
15. Hôm nay là ngày sinh nhật của em, Lan đi mua quà sinh nhật cho em thay mẹ.

VOKABELN

bảo	sagen, mitteilen	*nhờ*	(um die Gefälligkeit) bitten, jem. mit etw. beauftragen
cho	geben; für		
chủ	Herr, Leiter, Herrscher, Besitzer	*quà*	Geschenk
		quên	vergessen
để	lassen, stellen	*sinh nhật*	Geburtstag
điện	Elektrizität, elektrischer Strom	*tặng*	schenken
đủ	genug, ausreichend	*thuê*	mieten
đưa	bringen, (über)geben, begleiten	*tin*	Nachricht
		trả	(wieder)geben
giây nói	Telefon (: Kabel – sprechen); *gọi giây nói* telefonieren	*trả lời*	antworten, Antwort geben
		trả tiền	bezahlen; das Geld zurückgeben
giùm	wie *giúp*		
gửi	schicken, senden; anvertrauen	*trao*	überreichen, (über)geben
mừng	sich freuen; erfreut, glücklich; feiern	*vay*	borgen, (ent)leihen
mượn	borgen, (aus)leihen		

ÜBUNG B (Lösung s. S. 180)

Übersetzen Sie ins Vietnamesische:

1. Wer hat dir diesen schönen Füllfederhalter geschenkt?
2. Für wen kaufen Sie diesen Tisch? Er ist sehr schön!
3. Ich weiß nicht, wieviel Briefe ich ihm schon geschrieben habe.
4. Hat dein Chef dir schon geantwortet?
5. Hast du Herrn Khuyến schon für mich angerufen? Hat er gesagt, daß er morgen kommen wird?
6. Ich werde dieses Geschenk deiner Freundin für dich abgeben.
7. Möchtest du, daß ich dir meinen Wagen leihe?
8. Wann gibst du mir das Geld wieder, das du von mir geliehen hast?
9. Vermieten Sie diese Wohnung?
10. Ist dies das Wörterbuch, das dein Vater dir gestern geschickt hat? Es ist furchtbar dick, nicht wahr?

Lektion 19

GRAMMATIK

19.1. Das Objekt mit *với*

19.1.1. *với* leitet bei einer Gruppe von Verben (z. B. *nói, cam đoan*) ein indirektes Objekt ein. Es handelt sich um Handlungen, die ein „Sich-Zuwenden" beinhalten.

19.1.2. *với* wird zur Einleitung des indirekten Objekts notwendig, wenn das direkte vor dem indirekten Objekt steht, z. B.
Anh đã nói gì với chị ấy?
„Was hast du (zu) ihr gesagt?"
Ông có thể cam đoan điều đó với tôi không?
„Können Sie mir dies garantieren?"

19.1.3. In diesem Zusammenhang steht ein direktes Objekt, das aus einer Subjekt-Prädikat-Konstruktion besteht, in der Regel hinter dem indirekten Objekt, z. B.
Tôi đã nói với anh rằng tôi sẽ đến.
„Ich habe dir gesagt, daß ich kommen werde."
Chị ta (có) nói với tôi rằng (chị ta) có thể thuê phòng cho anh.
„Sie hat mir gesagt, daß sie ein Zimmer für dich mieten kann."

19.1.4. *với* wird auch verwendet, um ein gewisses Verhältnis eines Vorgangs oder Zustands zu einer Größe oder einer Größe zu einer anderen auszudrücken; so, je nach dem Zusammenhang,
a) eine Vereinigung, einen Zusammenschluß,
b) eine Trennung, einen Gegensatz,
c) ein (Hilfs-)Mittel.
Beispiele:
Phong làm bạn với Hans.
„Phong schließt Freundschaft mit Hans."
Tôi ở với bố mẹ tôi.
„Ich wohne mit meinen Eltern zusammen."
Oder auch: „Ich wohne bei meinen Eltern."
Đứa trẻ cười với ai? – Nó cười với mẹ nó.
„Wen lacht das Kind an? – Es lacht seine Mutter an."
Bây giờ anh đi đâu? – Tôi về với gia đình tôi.
„Wohin gehst du jetzt? – Ich gehe heim zu meiner Familie."

Tý lười. Mẹ nó không vui với nó.
„Tý ist faul. Seine Mutter ist nicht erfreut über ihn."
Tôi uống cà phê với sữa.
„Ich trinke Kaffee mit Milch."
Anh nên phân biệt tốt với xấu/ cái tốt với cái xấu.
„Du solltest gut von schlecht/das Gute vom Schlechten unterscheiden."
Với hai đồng tôi có thể mua bốn cái bút chì.
„Mit zwei đồng kann ich vier Bleistifte kaufen."

19.2. Das Komplement des Resultats

19.2.1. Manche Verben und Adjektive können an ein Verb angeschlossen werden, um auf diese Weise das Ergebnis der durch das Verb ausgedrückten Handlung anzuzeigen, z. B.
Chị ấy trả lời đúng câu hỏi của thầy giáo.
„Sie beantwortet die Frage/n des Lehrers richtig."
Tôi đã tìm được địa chỉ của bà có phòng cho thuê rồi.
„Ich habe die Adresse der Frau, die Zimmer zu vermieten hat, gesucht, mit Erfolg."
Oder auch: „Ich habe die Adresse der Frau, die Zimmer zu vermieten hat, schon gefunden."

19.2.2. Bei Verneinung kann das Negationswort, je nach dem Sinn, vor dem Komplement oder vor dem Prädikat stehen, z. B.
Tôi tìm chưa thấy nhà ông ấy.
Oder: *Tôi chưa tìm thấy nhà ông ấy.*
„Ich habe sein Haus noch nicht gefunden."
Anh ấy không học thành bác sĩ.
„Er studiert nicht, um Arzt zu werden."/„Er studiert nicht Medizin."
Anders jedoch: *Anh ấy học không thành bác sĩ.*
„Er studierte, um Arzt zu werden, ist es aber nicht geworden."

19.2.3. *cho* und *đến* können zur Einleitung des Komplements des Resultats verwendet werden. Eine solche Konstruktion wird verwendet, wenn das Ergebnis der durch das Verb ausgedrückten Handlung bzw. die Intensität der durch das Adjektiv ausgedrückten Eigenschaft hervorgehoben werden soll.

19.2.4. „*cho/đến* + Komplement des Resultats" kann vor oder hinter dem Objekt (bzw. den Objekten) stehen.

19.2.5. Die Verneinung erfolgt in diesem Fall stets beim Prädikat.
Beispiele:
Tôi muốn mua cho được một quyển từ điển tiếng Việt ấy.
Oder auch: *Tôi muốn mua một quyển từ điển tiếng Việt ấy cho được.*
„Ich möchte ein solches vietnamesisches Wörterbuch unbedingt kaufen."
Anh ấy đã không tìm cho thấy quyển sách.
Oder auch: *Anh ấy đã không tìm quyển sách cho thấy.*
„Er hat nach dem Buch nicht so gesucht, daß er damit Erfolg hatte."
Tôi sẽ tiêu đến hết tiền.
Oder auch: *Tôi sẽ tiêu tiền đến hết.*
„Ich werde mein Geld ganz ausgeben."
Tôi đã không tiêu đến hết tiền.
Oder auch: *Tôi đã không tiêu tiền đến hết.*
„Ich habe mein Geld nicht ganz ausgegeben."/„Ich habe mein Geld nicht bis zum Letzten ausgegeben."

ÜBUNG A

1. *Chúng tôi đã nói với chị (rằng) chúng tôi học với thầy Khuyến.*
2. *Chiều hôm qua tôi xem thấy anh đi chơi ở phố Hai Bà Trưng với em anh.*
3. *Chúng tôi định đi tiệm „Á Đông" ăn cơm tối, không tìm thấy tiệm ấy.*
4. *Hôm nay chị Kim cảm thấy mệt, không đi học.*
5. *Anh ấy đã nói gì với chị?*
   −Anh ta đã nói với tôi anh ấy sắp tìm được một cái phòng rẻ.
6. *Em ấy ăn hết cơm rồi, còn đói.*
7. *Em ấy ăn sạch cơm rồi, còn đói.*
8. *Tôi vừa biết được địa chỉ của một ông chủ có phòng cho sinh viên thuê.*
9. *Mẹ của Tý muốn nó học thành bác sĩ và học nên người tốt.*
10. *Anh có thể cam đoan điều đó với tôi không?*
    −Tôi có thể cam đoan với ông tôi sẽ tìm cho đến ra quyển từ điển Việt-Đức ấy cho ông.
11. *Anh còn tiền không?*
    −Không, hôm qua tôi đi chơi tiêu sạch tiền rồi.
12. *Anh Minh định mua bút chì xanh, lấy phải bút chì đỏ.*
13. *Tôi nói với ông Khuyến tôi sẽ học cho đến giỏi tiếng Việt.*
14. *Chị ấy chưa tìm ra được một cái phòng ở gần đại học.*
15. *Chị ấy muốn thuê một cái nhà rẻ, tìm không được.*
16. *Tôi tiêu hết tiền anh cho tôi mượn rồi. Anh có thể cho tôi vay 50 đồng nữa không?*
17. *Anh ta không làm bạn được với chị ấy, buồn muốn chết.*

VOKABELN

bác sĩ	Arzt	mệt	müde
cam đoan	versichern	nên	werden; Kompl. d. Res.
cảm	fühlen, empfinden; ergriffen sein; *cảm thấy* sich fühlen, den Eindruck haben	phải	bezeichnet als Kompl. d. Res. das unglückliche Ergebnis der diesbezügl. Handlung
cho	Hw zu Komplementen d. Res.; bis, so daß	phân biệt	unterscheiden
còn	noch haben, noch existieren	ra	hinaus-, herausgehen, -kommen; Kompl. d. Res.
đen	schwarz	rẻ	billig, preiswert
đến	Hw zu Kompl. d. Res.; bis, so daß	sạch	sauber; Kompl. d. Res.
địa chỉ	Anschrift	thành	werden, erfolgen, vollenden; Kompl. d. Res.; *học thành* (einen Beruf) erlernen
điều	Ding, Sache, Angelegenheit; *điều/cái đó* dies		
đỏ	rot	thấy	sehen, erkennen; bezeichnet als Kompl. d. Res. die Wahrnehmung des Sehens, Hörens, Fühlens, usw.
được	bezeichnet als Kompl. d. Res. das glückliche Ergebnis der diesbezügl. Handlung		
		tiêu	ausgeben (Geld)
		tìm	suchen
làm bạn	Freundschaft schließen	xanh	blau, grün
mất	verlieren, (spurlos) verschwinden	xong	fertig, zu Ende

ÜBUNG B (Lösung s. S. 180)

Übersetzen Sie ins Vietnamesische:

1. Hast du gesehen, wo mein Wörterbuch ist? Ich suche es.
2. Wer hat meine Zeitung weggenommen? Ich habe sie noch nicht zu Ende gelesen.
3. Er hat den Apfelsaft schon ausgetrunken. Könnten Sie ihm noch ein Glas geben?
4. Hast du schon für mich die Anschrift von Herrn Minh herausgefunden?
5. Was will dein kleiner Bruder werden? Welchen Beruf will er erlernen?
6. Ich bin im Vietnamesischen noch nicht bewandert. Ich werde lernen, bis ich hierin bewandert bin.
7. Fühlst du dich sehr müde, schrecklich müde?
8. Wann wirst du mit deinem Studium zum Lehrer fertig sein?

Lektion 20

GRAMMATIK

20.1. Das Richtungsverb

20.1.1. *đi, về, đến, tới, lại, ra, vào, lên, xuống, sang, qua* sind Richtungsverben, d. h. Verben des „Sich-Fortbewegens, Entfernens", die zugleich eine Richtung anzeigen.

20.1.2. Außer *đi* können sie sowohl die Bewegung vom Sprechenden weg als auch die Bewegung auf den Sprechenden zu (etwa der Vorsilbe „hin-" bzw. der Vorsilbe „her-" entsprechend) anzeigen.

20.1.3. Wird *đi* durch ein Objekt erweitert, so kann *đi* gewöhnlich, d. h. außer in feststehenden Wendungen, nicht unmittelbar mit Menschen, Tieren oder Gebrauchsgegenständen in Verbindung gebracht werden; statt *đi* wird in diesem Fall *đến, lại* oder *tới* verwendet, z. B.
Tôi vào nhà, ra sân, sang đường.
„Ich gehe ins Haus hinein, zum Hof hinaus, über die Straße."
Tôi đi/qua/sang Pháp.
„Ich gehe nach Frankreich." Oder: „Ich fahre nach Frankreich."
Anh ấy đến/tới/lại chị ấy.
„Er geht zu ihr."
Đứa trẻ lại cái bàn. (Đứa trẻ đi cái bàn. → Ø)
„Das Kind geht/kommt zu dem Tisch."

20.2. Das Komplement der Richtung

20.2.1. Das Komplement der Richtung ergänzt das Verb, indem das Komplement die Richtung bezeichnet, in die die durch das Verb ausgedrückte Handlung zielt. Als Komplemente der Richtung werden Richtungsverben verwendet. Sie stehen hinter dem Verb, z. B.
Đứa trẻ chạy [ra, vào, lên, xuống].
„Das Kind rennt hinaus/heraus, hinein/herein, hinauf/herauf, hinunter/herunter."
Tôi nhìn [lên, xuống, ra, vào, sang].
„Ich blicke hinauf, hinunter, hinaus, hinein, hinüber.
Đứa trẻ chạy đi.
„Das Kind rennt fort/weg."

20.2.2. Hat das Verb ein Objekt, so gilt folgende Regel:
a) ein Objekt, das die Richtung darstellt (O_1), steht stets hinter dem Komplement, z.B.
Đứa trẻ chạy [ra sân, vào nhà, lên tầng trên].
„Das Kind rennt hinaus auf den Hof, hinein ins Haus, hinauf in die obere Etage."
Tôi nhìn [ra đường, xuống bàn, lên trời].
„Ich blicke hinaus auf die Straße, hinunter auf den Tisch, hinauf in den Himmel."
b) ein Objekt, dessen Lage oder Zustand durch eine vollendete Handlung verändert wird (O_2), steht in der Regel vor dem Komplement, z.B.
Tôi đưa chị ấy về.
„Ich bringe/begleite sie zurück."
Các anh ấy đem bàn vào.
„Sie bringen den Tisch/die Tische hinein."

20.2.3. Sind beide Objekte vorhanden (O_1, O_2), wobei O_2 durch eine Zahl oder ein Demonstrativpronomen bestimmt wird, so gibt es zwei Möglichkeiten, sofern nicht durch die Wortstellung Mißverständnisse auftreten:
c) V + O_2 + Kompl. d. Rtg + O_1
d) V + Kompl. d. Rtg + O_1 + O_2
Beispiele:
Chúng tôi đem hai cái bàn vào nhà.
Oder auch: *Chúng tôi đem vào nhà hai cái bàn.*
„Wir bringen zwei Tische hinein ins Haus."
Tôi đem cái ghế này vào phòng.
Oder auch: *Tôi đem vào phòng cái ghế này.*
„Ich bringe diesen Stuhl hinein ins Zimmer."
Jedoch nur: *Chúng tôi đem bàn vào phòng.*
„Wir bringen den Tisch/die Tische hinein ins Zimmer."
Tôi đưa chị ấy về nhà.
„Ich bringe/begleite sie nach Hause zurück."

20.2.4. Die Verneinung erfolgt stets beim Verb, z.B.
Đứa trẻ không chạy ra đường.
„Das Kind rennt nicht hinaus auf die Straße."
Anh ấy đã không đem cái bàn này vào nhà giúp tôi.
„Er hat diesen Tisch nicht hinein ins Haus für mich gebracht."

20.2.5. *đến* bzw. *cho đến* können zwischen Richtungsverben bzw. Komplementen der Richtung und Objekten eingeschoben werden. Eine solche Konstruktion wird verwendet, um auf das Erreichen des Zielpunktes der durch das Verb ausgedrückten Handlung hinzuweisen.

20.2.6. Das Negationswort kann in diesem Fall vor dem Verb oder vor dem „*cho* + Komplement der Richtung" stehen, z.B.

Đứa trẻ không ra đến đường.
„Das Kind geht/kommt nicht hinaus bis auf die Straße."
Các anh ấy không đem bàn vào đến nhà.
„Sie bringen den Tisch/die Tische nicht bis ins Haus hinein."
Chị ấy không đưa đứa trẻ về cho đến nhà.
„Sie bringt das Kind nicht bis nach Hause zurück."

20.2.7. Komplemente der Richtung werden häufig in übertragenem Sinn gebraucht, z. B.

Chị Kim đẹp lên, phải không?
„Kim ist schöner geworden, nicht wahr?"
Hiện nay sách rẻ xuống.
„Zur Zeit sind Bücher billiger."
Anh ấy không nói ra điều anh ta muốn.
„Er spricht nicht aus, was er will."
Tôi đã đọc qua quyển sách ấy.
„Ich habe das Buch flüchtig gelesen."/„Ich habe es durchgeblättert."
Ông ấy đã yếu đi nhiều rồi.
„Er ist schon viel schwächer geworden."

ÜBUNG A

1. *Em chị đâu?*
   −*Nó vừa chạy xuống sân, đang đá bóng dưới đó.*
2. *Bây giờ anh đi đâu?*
   −*Tôi ra bưu điện, rồi lại nhà bạn, rồi đi thư viện.*
3. *Thầy muốn chúng tôi đem các cái ghế này đi đâu?*
   −*Các anh đem nó [ra sân, vào nhà, lên tầng trên, xuống tầng dưới].*
4. *Bà đưa em nhỏ ấy đi đâu?*
   −*Tôi đưa nó [đến trường, đi nhà thương, lại bà nó, về nhà nó].*
5. *Ông sang Pháp bằng gì?*
   −*Tôi sang Pháp bằng xe lửa.*
6. *Bao giờ ông sang đến Pháp?*
   −*Chiều hôm nay tôi đã ở Pháp rồi.*
7. *Chiều hôm nay chị lại bưu điện, có thể gửi tiền sang Pháp cho em tôi giùm tôi không?*
8. *Anh ở đâu tối?*
   −*Tôi ở nhà tối.*
9. *Mẹ đi đâu về?*
   −*Mẹ [ra bưu điện về, đến bác sĩ về, đi lo việc về].*
10. *Bố tôi đi Đức, đã lên đường về. Trưa ngày mai bố tôi sẽ về đến Việt Nam.*

Lektion · Bài 20

11. Đi cho đến nơi, về cho đến nhà. (vietnamesisches Sprichwort)
12. Anh nên chạy nhanh qua thư viện gặp ông ấy; ông ta vừa gọi điện thoại sang đây hỏi anh.
13. Tôi nghe tiếng người, nhìn ra, thấy anh, mừng quá!
14. Chúng tôi nghĩ đến anh luôn, mong anh về, đến thăm chúng tôi. Anh đã về, chúng tôi rất vui.
15. Chị ta đi theo bố. Ông ấy đi Pháp, đem theo con gái.

VOKABELN

bưu điện	Post, Postamt	qua	überqueren, hin-, herübergehen, -kommen; gehen nach (in ein anderes Land)
chạy	laufen, rennen		
đem	bringen		
đem theo	mit sich bringen	quá	so sehr, (zu)sehr
điện thoại	Telefon	sang	wie *qua*
lại	kommen (bei einer kurzen Entfernung)	thương	Wunde, Verletzung; *nhà thương* Krankenhaus
lo	sich beschäftigen mit, erledigen	tiếng	Stimme, Geräusch, Laut
		tới	wie *đến*
mong	hoffen, erwarten, wünschen	trường học	Schule, Unterrichtsstätte
nghĩ	denken, nachdenken; *nghĩ đến* denken an	vào	hinein-, hereingehen, -kommen
nhìn	blicken, schauen, betrachten	xuống	hinuntergehen, herunterkommen, herabsteigen
nơi	Ort, Stelle	yếu	schwach, krank

ÜBUNG B (Lösung s. S. 181)

Übersetzen Sie ins Vietnamesische (ggf. mit eigenen Antworten):

1. Woher kommst du?
2. Womit fährst du zum Unterricht?
3. Kommt dein Vater von der Arbeit zurück (nach Hause)?
4. Kannst du in die Bibliothek gehen und zwei Stühle hierher holen?
5. Kannst du diesen Tisch hinunter in die untere Etage bringen?
6. Das kleine Kind dort möchte die Straße überqueren. Kannst du hinübergehen und es herüberbringen?
7. Ich habe dir das Geld nach Hause geschickt. Ist das Geld schon angekommen?
8. Ich bringe dir morgen dein Buch zurück, geht das?
9. Es ist unmöglich, daß ich nicht an dich denke.
10. Wann kommst du heute vom Unterricht nach Hause zurück?

Lektion 21

GRAMMATIK

21.1. Besonderheiten bei *lại*

21.1.1. Als Komplement der Richtung gebraucht, bezeichnet *lại* außer a) der Richtung auf jemanden oder etwas zu (vgl. 20.1.3.) auch b) die Gegenrichtung (der Vorsilbe „zurück-" entsprechend) z. B.
Tôi quên bút viết, chạy lại nhà lấy.
„Ich habe einen Schreibstift vergessen, (deswegen) laufe ich nach Hause zurück, um einen zu holen."
und c) die Wiederholung der betreffenden Handlung oder des betreffenden Zustandes (der Vorsilbe „wieder-" entsprechend), z. B.
Tôi cũng muốn xem lại cuốn phim ấy.
„Ich möchte mir diesen Film auch nochmals ansehen."
Anh ấy khỏe lại rồi.
„Er ist bereits wieder gesund."
Bao giờ tôi sẽ gặp lại anh?
„Wann werde ich dich wiedersehen?"
Ông ấy trẻ lại, phải không?
„Er ist jünger geworden, nicht wahr?"

21.1.2. *lại* kann als Adverb verwendet werden, um d) die nochmalige Wiederholung der betreffenden Handlung oder des betreffenden Zustandes (deutsch etwa „schon wieder" oder „wiederum") auszudrücken, z. B.
Chị ấy lại sang Pháp.
„Sie geht/fährt erneut nach Frankreich."
Sách lại đắt lên.
„Die Bücher sind wieder teurer."

21.1.3. Gleichzeitige Verwendung von *lại* im Sinne von d) und *lại* im Sinne von a), b) oder c) ist möglich, z. B.
Anh ấy lại lái xe lại (besser: đến/tới) nhà bạn.
„Er fährt wieder mit dem Auto zu seinem Freund."
Tý lại chạy lại (besser: trở lại) nhà lấy bút viết.
„Tý rennt erneut zurück nach Hause, um einen Schreibstift zu holen."
Ông ấy lại bệnh lại.
„Er hat wieder einen (Krankheits-)Rückfall gehabt."

21.2. Das Komplement der Möglichkeit

21.2.1. Das Komplement der Möglichkeit *được* bezeichnet die Möglichkeit der Verwirklichung der durch das Verb ausgedrückten Handlung oder die Möglichkeit des Eintretens desjenigen Zustandes, der durch die entsprechende Komplement-Konstruktion des Grades oder des Resultats oder der Richtung ausgedrückt würde.

21.2.2. Das Komplement der Möglichkeit *được* wird ans Satzende angehängt, z. B.
Chị ấy nói tiếng Trung Hoa được.
„Sie kann Chinesisch sprechen."
Đứa trẻ bơi nhanh được.
„Das Kind kann schnell schwimmen."
Tôi tìm ra một cái phòng rẻ cho anh được.
„Ich kann ein billiges Zimmer für dich finden."
Tôi mang cái bàn này lên đến tầng trên được.
„Ich kann diesen Tisch bis in die obere Etage bringen."

21.2.3. Die Konstruktion ist bedeutungsgemäß identisch mit „*có thể* + V (+ Komplement des Grades bzw. des Resultats bzw. der Richtung)"; sie wird deshalb in einer verstärkten Form oft mit dieser zusammen verwendet, z. B.
Tôi có thể làm việc ấy giúp anh được.
„Ich kann jene Arbeit für dich tun."
Tôi có thể chạy từ nhà cho đến đại học được.
„Ich kann von zu Hause bis zur Uni(versität) rennen."

21.2.4. Zu weiteren Unterschieden zum Komplement des Resultats *được*:
a) Bei Verwendung des Komplements der Möglichkeit *được* erfolgt die Verneinung nur beim Verb;
b) Das Komplement der Möglichkeit *được* hat keine Aspekte;
c) Das Komplement der Möglichkeit wird nicht durch *cho/cho đến* eingeleitet; z. B.
   a) *Tôi không giúp anh được.* (≠ *Tôi giúp anh không được.*)
   „Ich kann dir nicht helfen." (≠ „Ich habe versucht, dir zu helfen, aber ohne Erfolg.")
   b) *Tôi hỏi địa chỉ của chị ấy cho anh được.* (Vgl. *Tôi vừa hỏi được địa chỉ của chị ấy cho anh.*)
   „Ich kann mich für dich nach ihrer Adresse erkundigen."
   (Vgl. „Ich habe gerade ihre Adresse für dich durch Fragen herausgefunden.")
   c) (*Tôi có thể làm việc ấy giúp anh cho được.* → ∅)

ÜBUNG A

1. Bố anh đã về chưa?
   – Bố tôi đã từ sở ra về, chưa về đến nhà.
2. Em chị lại bệnh à, buồn nhỉ?
   – Vâng, nó khỏi rồi, không cẩn thận, bệnh lại.
3. Ông ấy lại lên đường đi Pháp rồi, phải không?
   – Phải, hôm qua ông ấy ra đi từ Việt Nam, trưa hôm nay ông ấy sẽ sang đến Pháp.
4. Anh đọc được chữ gì kia không?
   – Tôi không có kính, không đọc rõ được.
5. Anh mang sách trả lại thư viện cho tôi chưa?
   – Hôm nay thư viện đóng cửa, tôi không trả sách cho anh được.
6. Anh ấy muốn hút thuốc, không được hút. Bác sĩ cấm anh ấy hút thuốc.
7. Tôi gọi mãi không được xe tắc-xi. Tôi mượn xe của anh đưa chị ấy về nhà, được không?
8. Ngày mai chị ấy đã đi Đức mất rồi. Chiều hôm nay tôi phải gọi điện thoại cho chị ấy mới được.
9. Em Tý muốn vào xem đá bóng, lấy không được vé vào cửa, buồn muốn chết.
10. Ở đây nóng quá, tôi mở cửa sổ ra, được không?
    – Được, anh có thể mở cửa sổ ra.
11. Bạn anh đâu rồi?
    – Anh ấy vừa chạy (trở) lại tiệm sách lấy cây dù để quên ở đó.
12. Tôi muốn mua lại cuốn từ điển tôi đã bán cho anh, được không?
    – Không được. Anh có thể mua lại cuốn từ điển tôi đã bán cho chị Kim.
13. Tôi để cái gói sách này ở đâu được?
    – Anh có thể đặt nó lên trên bàn.
14. Bao giờ chị lo xong việc ấy cho tôi được?
    – Có lẽ ngày mai.
15. Bài tập hôm nay khó ghê. Tôi đã làm xong rồi, không biết có đúng không.

VOKABELN

cấm	verbieten, untersagen	gói	Paket, Päckchen, Packung; packen, einwickeln
cẩn thận	umsichtig, vorsichtig		
có lẽ	vielleicht, wahrscheinlich	khỏi	entkommen, entrissen; geheilt, genesen
cửa sổ	Fenster		
dù	Regenschirm (Kl: cái, cây)	kính	Glas, Brille
đặt	setzen, stellen, legen	lại	zurück-, wieder-; schon wieder, wiederum, erneut
được	Kompl. d. Möglichkeit: können		
		mãi	ständig, lange

Lektion · Bài 21

mang	tragen, bringen	ra về	die Heimreise antreten
mới được	unbedingt (am Satzende angehängt)	rõ	deutlich, klar, genau
		sở	Amt, Büro
mua lại	1) zurückkaufen; 2) aus zweiter Hand kaufen	trở	(sich) umwenden
		trở lại	zurückgehen, -kehren
ra đi	eine Reise antreten, abreisen, fortgehen	vé vào cửa	Eintrittskarte

ÜBUNG B (Lösung s. S. 181)

Übersetzen Sie ins Vietnamesische (unter der Verwendung des Komplements der Möglichkeit):

1. Dieses Paket ist zu schwer, ich kann es nicht zur Post tragen.
2. Sie haben mir zu viel Reis gegeben; ich kann ihn nicht ganz essen.
3. Ich kann schnell sprechen, ich kann nicht schnell laufen.
4. Er ist wieder krank, er kann nicht kommen. Sie kommt nur.
5. Es geht auch, wenn er nicht kommt. (Aber) es geht nicht, wenn sie nicht kommen würde.
6. Kannst du für unseren Lehrer diese Bücher in die Bibliothek zurückbringen?
7. Kannst du mich heute nachmittag zurückrufen?
8. Kannst du den Wagen bis vor die Tür fahren?
9. Ich kann nicht hinein (da die Tür abgeschlossen ist).

Lektion 22

GRAMMATIK

22.1. Das Doppelfunktionswort

22.1.1. Die Objekte einer Gruppe von Verben (z. B. *bảo, cho, nhờ, xin, có*) können gleichzeitig als Subjekte eines darauffolgenden Verbs fungieren; sie haben – Objekt einerseits, Subjekt andererseits – doppelte Funktion.

22.1.2. Die Konstruktion unterscheidet sich von der Verwendung einer Subjekt-Prädikat-Konstruktion als Objekt folgendermaßen: vor dem Doppelfunktionswort ist weder eine Sprechpause noch das Einsetzen einer objektiven Satzpartikel *(rằng)* möglich, z. B.

Ông Khuyến có một đứa con trai lớn học tại Pháp.
„Herr Khuyến hat einen großen Sohn, der in Frankreich studiert."
Mẹ bảo Tý đi lấy nước.
„Mutter sagte zu Tý, er solle Wasser holen gehen."
Bố cho tôi đi Đức học.
„Vater läßt mich nach Deutschland gehen, um zu studieren."
Chị ấy nhờ tôi đưa quyển sách này cho anh.
„Sie bat mich, dir dieses Buch abzugeben."
Anh ấy xin chị trở lại thư viện ngay.
„Er bittet dich, sofort zur Bibliothek zurückzukehren."

22.2. Aufforderungssätze

22.2.1. Aussagesätze können in bestimmten Sprechsituationen in Aufforderungssätze verwandelt werden, z. B.

Anh vào!
„Geh hinein!" Oder auch: „Komm herein!"
Chúng ta sang đường!
„Gehen wir über die Straße!"

22.2.2. Aufforderungssätze können durch *cứ, hãy* oder *đi* gebildet werden: *cứ* und *hãy* stehen vor dem Prädikat, aber hinter dem Subjekt; *đi* wird an das Satzende gestellt, z. B.

Các anh cứ vào!
„Geht doch hinein!" Oder auch: „Kommt doch herein!"

Các em hãy yên lặng làm việc!
„Seid ruhig und arbeitet!"
Các chị cứ/hãy đi đi!
„Geht doch!"

22.2.3. Die Verwendung von *đi* allein bei Auslassung des Subjekts gilt als schroffer Befehl, z. B.
Đi đi!
„Geh!"
Ngủ đi!
„Schlaf!"
Ăn đi!
„Iß!"

22.2.4. Verneinte Aufforderungssätze werden mit *đừng* oder *chớ* vor dem Prädikat gebildet, z. B.
Chị chớ vào!
„Geh nicht hinein!"
Anh đừng nói thế!
„Sag nicht so etwas!

22.2.5. Eine Bitte wird ausgedrückt durch *xin*, wenn man jemanden um etwas bittet, und durch *mời*, wenn man jemandem etwas anbietet; *xin* und *mời* stehen vor dem Subjekt der Handlung; es handelt sich hierbei um einen Satz mit einem Doppelfunktionswort, in dem das Subjekt des Satzes (etwa *tôi* oder *chúng tôi*) im Regelfall entfällt, z. B.
Xin anh đem ghế vào nhà!
„Bring den Stuhl/die Stühle ins Haus, bitte!"
Mời ông ngồi!
„Setzen Sie sich, bitte!"

22.2.6. *xin* kann zusammen mit anderen Aufforderungspartikeln verwendet werden (höfliche Form), z. B.
Xin mời ông ngồi!
„Setzen Sie sich, bitte!"
Xin anh đừng/chớ hút thuốc nhiều!
„Rauch nicht so viel, bitte!"
Xin các anh hãy yên lặng!
„Seid ruhig, bitte!"
Xin các cô cứ vào đi!
„Gehen Sie doch hinein, bitte!"

22.2.7. Aufforderungssätze können auch durch Anhängen der Partikel *nào* (nur in der positiven Form) oder *nhá* (in der positiven sowie in der verneinten Form) gebildet bzw. gefühlvoller gemacht werden, z. B.

Chúng ta sang đường nào!
„Laßt uns über die Straße gehen!"
Các em hãy yên lặng làm việc đi nào!
„Seid doch ruhig und arbeitet!"
Xin các cô cứ vào đi nào!
„Gehen Sie doch hinein, bitte!"
Con đứng đây đợi mẹ nhá!
„Bleib hier stehen und warte auf mich, ja?"
Xin anh đừng/chớ hút thuốc nhiều nhá!
„Du solltest nicht zu viel rauchen, verstehst du?"

ÜBUNG A

1. Tôi có mời anh ấy chiều hôm nay đi ăn cơm với chúng ta.
2. Bao giờ chị rảnh? Mời chị đến nhà tôi chơi!
3. Mời anh hút thuốc nào!
    −Cảm ơn anh, tôi không biết hút.
4. Cảm ơn anh, tôi ho, không hút.
5. Tôi nhờ chị khóa cửa lớp học giùm tôi, chị đã khóa chưa?
6. Anh đã khóa cửa lớp học cho tôi chưa?
7. Chị có thể cho tôi xin một tờ giấy viết thư không?
8. Tôi có thể xin chị một tờ giấy viết thư không?
9. Ông ấy có một cô con gái chơi đàn rất hay.
10. Ông ấy cho con gái học đàn.
11. Cô ấy xin bố cho đi học đàn tại Đức.
12. Em cứ ăn nữa đi!
13. Tại sao em không ăn nữa đi nào?
14. Chúng ta hãy cố gắng học cho giỏi tiếng Việt.
15. Chúng ta nên cố gắng học cho giỏi tiếng Việt.
16. Thầy nói nhanh quá, tôi không hiểu. Xin thầy nói chậm!
17. Thầy nói nhanh thế, tôi hiểu thế nào được kia?
18. Xin anh đừng nói thế, chị ấy không bằng lòng.
19. Nhà có chó dữ lắm đấy, chị chớ vào!
20. Xin lỗi ông, ông có thể dừng xe được không? Tôi muốn xuống đây.
21. Con đứng đợi ở ngoài nhá! Mẹ đưa em vào vườn trẻ, rồi ra ngay.
22. Xin chị đừng bắt tôi ăn nữa, tôi no lắm rồi đó.

Lektion · Bài 22

VOKABELN

bảo	sagen; raten; befehlen	*hãy*	Imperativpartikel
bằng lòng	einverstanden, zufrieden	*ho*	husten
bắt	verlangen, zwingen	*khóa*	abschließen
cho	lassen, ermöglichen, erlauben	*kia*	Finalpartikel: denn, jedoch
chớ	nicht (Imperativ)	*lớp (học)*	(Schul-)Klasse; Kursus; Klassenzimmer
cố gắng	sich bemühen	*mời*	einladen; rufen, kommen lassen; bitte
cứ	(doch) weiter; Imperativpartikel	*nào*	Finalpartikel (Imperativ)
dữ	wild, scharf, böse; sehr	*ngay*	sofort
dừng	anhalten, zum Stehen bringen	*nhá*	Finalpartikel (auch *nhé*)
đàn	Musikinstrument; *chơi đàn* musizieren	*vườn*	Garten; *vườn trẻ* Kindergarten
đấy/đó	Finalpartikel zur Betonung der Aussage: denn, doch	*xin*	bitten; bitte
		xin lỗi	um Verzeihung (Entschuldigung) bitten
đừng	nicht (Imperativ)	*yên lặng*	ruhig, still (wie *im lặng*)
giấy	Papier (Kl: *tờ*)		

ÜBUNG B (Lösung s. S. 181)

Übersetzen Sie ins Vietnamesische:

1. Mein Chef ist heute nicht da. Kommen Sie bitte morgen wieder!
2. Schlaf, Kind! Schlaf!
3. Fräulein, geben Sie mir ein Blatt Papier, bitte!
4. Gehe in die Bibliothek und arbeite dort!
5. Darf ich dich noch um eine Tasse Tee bitten?
6. Bleibt ruhig und hört euch die Musik an!
7. Es ist gerade Unterricht; gehe nicht hinein!
8. Rauchen Sie, bitte, nicht zu viel! Es ist ungesund (nicht gut).
9. Bitte, treten Sie ein!
10. Du sollst nicht da stehen, Tý!

Lektion 23

GRAMMATIK

23.1. Das Passiv

23.1.1. Ein Verb kann unverändert in passivem Sinn verwendet werden.

23.1.2. Der passivische Charakter eines Prädikats kann durch ein zusätzliches Element deutlich gemacht werden.

23.1.3. Der passivische Charakter eines Prädikats wird durch Voranstellung des Hilfsverbs *được* oder *bị* eindeutig gemacht, und zwar durch:
được, wenn der Vorgang einen glücklichen Charakter (+glücklich), und *bị*, wenn der Vorgang einen unglücklichen (−glücklich) hat, z. B.
Tôi được yêu.
„Ich werde geliebt."
Tôi bị phê bình.
„Ich werde kritisiert."
Tôi được giúp.
„Mir wird geholfen."

23.1.4. Wird die verursachende Person oder Sache erwähnt, so wird deren Bezeichnung zwischen das passivische Hilfsverb und das Prädikat eingesetzt, z. B.
Tôi được bạn yêu.
„Ich werde vom Freund/von Freunden geliebt."
Tôi bị thầy giáo phê bình.
„Ich werde vom Lehrer/von Lehrern kritisiert."
Tôi được chị Kim giúp.
„Mir wird von Kim geholfen."

23.1.5. Entfällt der Charakter „+glücklich"/„−glücklich" des Vorgangs − und dies trifft weitgehend zu, wenn Sachen Subjekte sind −, so wird *được* bzw. *bị* nicht gebraucht. Der passivische Charakter wird dann deutlich gemacht:
a) durch Voranstellung des Hilfsworts *do* („durch", „von") vor die Bezeichnung der verursachenden Person oder Sache, oder
b) durch Verwendung eines zusätzlichen Elements (z. B. Modalverb, Aspektadverb, Komplement), falls die verursachende Person oder Sache unerwähnt bleibt, z. B.

a) *Cái thư này do bố tôi viết.*
„Dieser Brief wurde von meinem Vater geschrieben."
Quyển sách này do mẹ tôi mua.
„Dieses Buch wurde von meiner Mutter gekauft."

b) Cái nhà này có thể bán.
„Dieses Haus kann verkauft werden."
Tiền điện trả rồi.
„Die Stromrechnung ist bezahlt worden."
Nước ấy không uống được.
„Das Wasser da ist nicht trinkbar."

23.2. Die passivische Umbildung

23.2.1. Die Umbildung eines Aktivsatzes in einen Passivsatz kann nach folgenden Modellen erfolgen:

Aktiv:	→	Passiv:
a) N_1 V N_2		a') N_2 PW N_1 V
b) N_1 V N_2 N_3		b') N_2 PW N_1 V N_3
		b") N_3 PW N_1 V N_2
c) N_1 V NP		c') NP PW N_1 V

N = Substantiv, Personalpronomen, Substantivgruppe
PW = *được, bị* oder *do*
NP = Subjekt-Prädikat-Konstruktion

Beispiele:

a) *Minh yêu Lan.*
„Minh liebt Lan."

a') *Lan được Minh yêu.*
„Lan wird von Minh geliebt."

b) *Minh tặng Lan quyển sách này.*
„Minh schenkt Lan dieses Buch."

b') *Lan được Minh tặng quyển sách này.*
„Lan wurde dieses Buch von Minh geschenkt."

b") *Quyển sách này do Minh tặng Lan.*
„Dieses Buch wurde der Lan von Minh geschenkt."

c) *Mẹ mắng Tý không đi học.*
„Mutter schimpft mit Tý, daß er nicht zur Schule ging."

c') *Tý không đi học bị mẹ mắng.*
„Da Tý nicht zur Schule ging, wurde er von Mutter beschimpft."

ÜBUNG A

1. Minh không được chị ấy yêu, buồn muốn chết.
2. Sáng hôm nay Tý bị mẹ mắng dữ, khóc muốn chết.
3. Anh ấy lái xe quá nhanh, bị phạt 60 đồng.

4. Em ấy học chăm hết sức, được thày giáo khen.
5. Ông ấy bị đổi ra nước ngoài, không vui cho lắm.
6. Ba tôi được đổi về làm việc tại Hà-nội, mừng hết sức.
7. Hai người ấy lại nói chuyện trong giờ học, bị phê bình.
8. Ông Khuyến bị tai nạn ô tô. Tin ấy đã loan trên báo hôm nay.
9. Anh đã rất lười viết thư cho tôi. Anh có nhận lỗi đó không?
10. Tiền chị gửi cho tôi tôi chưa nhận được.
11. Tại sao chị mua quyển sách ấy đắt thế? Chị bị người ta lừa rồi!
12. Quân Pháp bị quân Việt Nam đánh thua tại Điện Biên Phủ.
13. Tôi tiêu hết sạch tiền do chị cho vay rồi. Chị có thể cho tôi mượn 50 đồng nữa không?
14. Mày chịu thua tao chưa? Tao được thưởng, mày không được!
15. Ở đây có nước uống được không?

VOKABELN

bị	Hilfsverb für das Passiv; getroffen von; *bị tai nạn* verunglücken, einen Unfall haben	lừa	betrügen, beschwindeln, täuschen, reinlegen
		mắng	ausschimpfen, ausschelten
chịu	(er)tragen, (er)dulden, sich ergeben	nước	Wasser; *nước uống* Trinkwasser
do	durch, von (Hw für das Passiv)	nhận	(an-)erkennen, zugeben, eingestehen; empfangen
đánh	schlagen, hauen, prügeln		
đổi	ändern, wechseln; versetzen	nhận được	erhalten
được	Hilfsverb für das Passiv; -bar	phạt	bestrafen
khen	loben	phê bình	kritisieren
không ... cho lắm	nicht so sehr	quân	Truppen, Armee
		tai nạn	Unglücksfall, Unfall
loan	bekanntgeben, bekanntmachen, verkünden	thua	verlieren, unterliegen
		thưởng	belohnen
lỗi	Fehler, Irrtum	yêu	lieben

ÜBUNG B (Lösung s. S. 181)

Umbildung in Passivsätze:

1. Lan có yêu Minh không?
2. Bố anh đã bán xe chưa?
3. Chị muốn tôi mời chị chiều nay đi xem phim không?
4. Ai loan tin tôi sắp lấy chồng?

5. Chúng tôi đã đem tất cả các cái ghế vào lớp rồi.
6. Mẹ mắng Tý chỉ thích đá bóng.
7. Người ta phê bình tôi thế nào?
8. Bà đã cho thuê được nhà chưa?
9. Anh ấy sẽ đưa chị về cho tới nhà.
10. Tôi có thể làm việc ấy giúp anh được.

Lektion 24

GRAMMATIK

24.1. Das Zählwort des Substantivs

24.1.1. Der Klassifikator eines Substantivs kann als Zählwort (für das Substantiv) verwendet werden. Es ist dann von einer Teilmenge die Rede. Dies gilt auch für Meßeinheiten.

24.1.2. Tritt das Substantiv als Objekt auf, so muß das Substantiv bzw. die Substantivgruppe vorangestellt werden (vgl. 17.2.); „Nu + Zw" stehen hinter dem Prädikat, z.B.
Sách này tôi mua hai quyển.
„Von diesen Büchern kaufe ich zwei."
Con trai bà ấy tôi quen có một ngườï.
„Von ihren Söhnen kenne ich nur einen."
Trà này tôi uống ba cốc.
„Von diesem Tee trinke ich drei Tassen."

24.1.3. Tritt das Substantiv als Subjekt auf, so können „Nu + Zw" a) hinter dem Substantiv bzw. der Substantivgruppe, oder b) hinter dem Prädikat stehen. Bei b) kann die Konstruktion mit den Numeralen (außer *một*) auch „zu zweit", „zu dritt", etc., bedeuten, z.B.
Sinh viên chỉ một anh đến.
„Von den Studenten kommt nur einer."
Con gái của bà ấy hai đứa lớn đã lấy chồng.
„Von ihren Töchtern haben die zwei älteren schon geheiratet."
Sinh viên nữ đến ba chị.
„Von den Studentinnen kommen drei."/„Die Studentinnen kommen zu dritt."

24.2. Das Zählwort des Verbs

24.2.1. Mit Hilfe des Zählworts für das Verb wird zum Ausdruck gebracht, wie oft sich eine Handlung abspielt.

24.2.2. „Nu + Zw" stehen wie ein Objekt hinter dem Prädikat, z.B.
Chúng ta chỉ sống một lần.
„Wir leben nur einmal."
Đứa trẻ vừa ho hai tiếng.
„Das Kind hat eben gerade zweimal gehustet."

24.2.3. Ist ein nicht vorangestelltes Objekt vorhanden, so stehen „Nu + Zw" im allgemeinen hinter dem Objekt, z.B.
Tôi đã lau cái bàn này hai lần rồi.
„Ich habe schon zweimal diesen Tisch abgewischt."
Ông ấy tát con hai cái.
„Er ohrfeigte sein Kind zweimal."
Bố tôi đã đi Đức ba chuyến.
„Mein Vater ist schon dreimal nach Deutschland gereist."
Tôi vừa ngủ được một giấc ngon.
„Ich konnte eben gerade einmal gut schlafen."
Chúng tôi đã ăn tại tiệm này một bữa.
„Wir haben schon einmal in diesem Restaurant gegessen."

24.2.4. „Nu + *lần*" können ohne weiteres auch vor ein nicht vorangestelltes Objekt, und unter Hinzufügung von Adverbien, Modalverben oder Komplementen vor das Prädikat oder an den Satzanfang gestellt werden, z.B.
Lan lau hai lần cái bàn này.
„Zweimal hat Lan diesen Tisch gewischt."
Tôi đã hai lần sang thăm Việt Nam.
„Bereits zweimal habe ich Vietnam besucht."
Tôi muốn một lần đến thăm anh.
„Einmal möchte ich dich besuchen."
Ba lần bố tôi mua được xe rẻ.
„Dreimal konnte mein Vater einen billigen Wagen kaufen."

24.2.5 *cái* wird als Zählwort für Verben, deren Handlungen nicht in Stückzahlen ausgedrückt werden können, in der Regel nur im Singular (mit dem Numerale *một*) gebraucht, z.B.
Bây giờ tôi muốn đi chơi một cái.
„Jetzt möchte ich einmal spazierengehen."
Man sagt z.B. nicht: *Hôm qua tôi đi chơi hai cái.* → Ø
sondern: *Hôm qua tôi đi chơi hai lần/bận.*
„Gestern bin ich zweimal spazierengegangen."

24.2.6. Ein angehängtes *xem* an ein Verb bedeutet etwa „einmal versuchen zu ...", z.B.
Tôi không mở cửa được. Anh mở xem!
„Ich konnte die Tür nicht öffnen. Versuch du einmal, sie zu öffnen!"
Chị nói xem!
„Versuch einmal, dich auszudrücken!"
Anh để tôi thuê cái nhà (ấy) xem!
„Laß mich (einmal) versuchen, das (jenes) Haus zu mieten!"

ÜBUNG A

1. Nó đánh con hai cái, con đánh lại nó có một cái.
2. Hôm nay trời đẹp ghê. Tôi phải đi chơi một cái mới được. Anh muốn đi với tôi một vòng không?
3. Tôi đã đi chơi theo bố sang Trung Hoa ba chuyến.
4. Người bệnh vừa ngủ được một giấc, cảm thấy dễ chịu.
5. Lớp chúng tôi đá (bóng) hai trận, thua một trận, thắng một trận.
6. Chúng tôi đã ăn (cơm) tại tiệm này hai bữa. Nhiều món ăn rất ngon.
7. Bà ấy sạch ghê lắm, mỗi ngày hút bụi lau bàn ghế một bận.
8. Tại sao nó khóc, anh biết không?
   —Nó vừa được bố nó tặng cho một cái tát.
9. Tôi ở phòng trên. Chị muốn gọi tôi, xin bấm chuông ba tiếng.
10. Chuông đã đánh hai lần rồi. Các em vào lớp cho nhanh!
11. Minh vỗ vai bạn hai cái, nói: „Đời sống không phải là một giấc mơ đẹp. Chúng ta còn phải cố gắng nhiều."
12. Hôm qua tôi ngủ, một lần mơ thấy chị đến thăm tôi.
13. Nhà ấy có chó không?
    —Có, chó nhà ấy có những ba con.
14. Chị mua từ điển Việt-Đức chưa?
    —Từ điển Việt-Đức tôi có tất cả năm quyển.
15. Anh vào thư viện xem xem chị ấy có ở trong đó không!
16. Chị để tôi đọc chị nghe xem có đúng không.

VOKABELN

bấm	drücken (mit Fingern); *bấm chuông* klingeln, schellen	giấc	Zw für V wie *ngủ, mơ*: -mal
bận	Zw für V: -mal (wie *lần*)	lau	(ab-, auf)wischen, putzen, reinigen
bữa	Mahlzeit, Essen; Zw für *ăn*: -mal	lần	Zw für V: -mal
cái	Zw für V: -mal	món	Kl für gewisse Gegenstände, Angelegenheiten; *món cơm* Reisgericht; *món tiền* Geldsumme
chuông	Glocke, Klingel, Schelle		
chuyến	Reise, Fahrt, Tour; Zw für V wie *đi, về*, etc.: -mal	mỗi	jede(-r, -s) (einzelne)
có	Betonungshilfswort für (relativ) kleinere Zahlen: nur	mơ	träumen; *giấc mơ* der Traum
		sống	leben; *đời sống* das Leben
dễ chịu	wohl (sich fühlen), angenehm, erleichtert	tát	ins Gesicht schlagen, ohrfeigen
		tất cả	insgesamt
đời	Leben, Existenz, Dasein, Generation	thắng	siegen, besiegen

tiếng	Zw für V wie *nói, cười, ho,* usw.	*vòng*	Kreis, Ring; Rundgang
trận	Schlacht, Kampf, Spiel; Zw für V wie *đánh, chơi, cười*: -mal; *trận cười* Lachanfall, -salve	*vỗ*	schlagen, klopfen; *vỗ tay* klatschen, Beifall spenden
vai	Schulter	*xem*	(einem Verb nachgestellt:) versuchen einmal ... zu; *xem xem* nachsehen

ÜBUNG B (Lösung s. S. 182)

Übersetzen Sie ins Vietnamesische (unter Verwendung von Zählwörtern für Substantive bzw. Verben):

1. Kommen Sie mich einmal besuchen!
2. Ich muß jetzt einmal schlafen.
3. Bitte dreimal kurz läuten!
4. Kannst du einmal nachsehen, wer geklingelt hat?
5. Er hat seinem Kind eine Tracht Prügel verpaßt.
6. Mein Vater ist insgesamt dreimal nach China geflogen.
7. Was möchten Sie kaufen?
   —Ich möchte zehn von diesen Äpfeln haben (kaufen).
8. Von diesen Blumen geben Sie mir bitte zwölf!
9. Sie hat sogar vier Töchter.
10. Katzen haben wir nur eine.

Lektion 25

GRAMMATIK

25.1. Die Verdoppelung des Verbs

25.1.1. Die einfache Verdoppelung des Verbs kann zwei Funktionen haben:
a) Abschwächung der Intensität der Handlung
b) Hinweis auf Wiederholung der Handlung

25.1.2. Die Bildung der verdoppelten Form erfolgt in der Regel durch eine Wiederholung des betreffenden Verbs. Bei Verdoppelung zweisilbiger Verben werden beide Silben einzeln wiederholt. Bei Verb-Objekt-Konstruktionen wird lediglich das Verb verdoppelt.
Beispiele zu a):
Chị ấy cười cười.
„Sie lacht ein bißchen." Oder auch: „Sie lächelt."
Đứa trẻ đang chạy chạy vào nhà.
„Das Kind läuft gerade jetzt mit kleinen Schritten ins Haus."
Tôi thích thích nói chuyện với anh ấy.
„Ich möchte mich ganz gern mit ihm unterhalten."
Beispiele zu b):
Đứa trẻ vẫy vẫy tay chào tôi.
„Das Kind winkt (und winkt) mit der Hand, um mich zu grüßen."
Ông ấy phê phê bình bình chúng tôi.
„Er kritisiert, kritisiert und kritisiert uns nochmals."
Chị ấy cố cố gắng gắng mở cửa.
„Sie versuchte und versuchte, die Tür zu öffnen."

25.1.3. Die Verdoppelung eines Verbs mit jeweils angehängtem Komplement der Richtung und der Gegenrichtung (meist mit *đi* und *lại*) kann eine Intensivierung der Handlung zum Ausdruck bringen, z. B.
Tôi đã nghĩ đi nghĩ lại/nghĩ lên nghĩ xuống/nghĩ ra nghĩ vào điều anh nói.
„Ich habe immer wieder über das nachgedacht, was du gesagt hast."
Anh ấy đọc đi đọc lại cái thư của chị ấy.
„Er liest wieder und wieder ihren Brief."

25.1.4. Die Verdoppelung mehrerer Verben unmittelbar hintereinander bringt zum Ausdruck, daß die Handlungen sich abwechseln, z. B.
Ông ta đi đi lại lại trong nhà.
„Er geht im Haus hin und her."

Đứa trẻ cười cười khóc khóc.
„Das Kind lacht und weint abwechselnd."

25.2. Die Verdoppelung des Substantivs

25.2.1. Die Verdoppelung mehrerer Substantive hintereinander bringt ihre Vermehrung zum Ausdruck; die Konstruktion findet in der Regel jedoch nur bei Objekten und bei logischen Subjekten in Existenzsätzen Verwendung, z. B.
Ông ấy mua bàn bàn ghế ghế.
„Er kauft Tische und nochmals Tische, Stühle und nochmals Stühle."
Trong nhà có chó chó mèo mèo.
„Im Hause sind Katzen über Katzen und Hunde über Hunde."

25.2.2. Die Verdoppelung eines Substantivs mit der Konstruktion „*những* +N + *là* + N" bringt seine Vermehrung mit gleichzeitiger Ausschließlichkeit zum Ausdruck (deutsch etwa „nichts anderes als"), z. B.
Bà ấy sinh những con gái là con gái.
„Sie brachte eine Tochter nach der anderen zur Welt."
Trong nhà có những sinh viên là sinh viên.
„Im Haus sind lauter Studenten."

25.3. Die Verdoppelung des Zählworts

25.3.1. Ein verdoppeltes Zählwort des Substantivs sowie des Verbs hat die Bedeutung „jede(-r, -s)", z. B.
Con bà ấy đứa đứa học tiếng Việt.
„Von ihren Kindern lernt jedes die vietnamesische Sprache."
Việc anh ấy làm cái cái xong.
„Jede Arbeit macht er fertig."

25.3.2. Ein verdoppeltes Zählwort mit einem angehängten *một* bedeutet „einzeln", „Stück für Stück" bzw. „eins nach dem anderen". Dieselbe Bedeutung haben auch die Konstruktionen a) „(*một* +) Zw + *một*", b) „*từng* + Zw (+ *một*)", z. B.
Sinh viên người người một đến.
„Die Studenten kommen einzeln."
Chị ấy bấm chuông tiếng tiếng một.
„Sie klingelt jeweils einmal kurz."
Xin các ông vào (một) người một.
„Treten Sie, bitte, einzeln ein!"
Anh ấy cười từng trận dài (một).
„Er gibt immer lange Lachsalven von sich."

25.3.3. Die Konstruktion „*từng* + Nu + Zw + *một*" – wobei Nu nicht *một* ist – bedeutet „je zu zweit", „je zu dritt", usw.; *từng* oder *một* kann jeweils wegfallen, z. B.

Chúng tôi đến từng ba người (một).
„Wir kommen je zu dritt."
Anh ấy bấm chuông (từng) ba tiếng một.
„Er klingelt je dreimal."

25.3.4. Die adverbial gebrauchte Konstruktion „*ngày (ngày) một*" bzw. „*(mỗi) ngày một*" bedeutet „mit jedem Tag ... mehr", z. B.
Bài tập của chúng tôi ngày (ngày) một khó.
„Unsere Übungen werden mit jedem Tag schwieriger."
Giá gạo (mỗi) ngày một lên.
„Der Reispreis steigt mit jedem Tag."

25.3.5. Hinter *mỗi* steht nur das Numerale „*một*". Andernfalls wird *mỗi* durch *cứ* ersetzt, z. B.

Mỗi (một) nhà có một con chó.
„Jedes Haus hat einen Hund."
Cứ hai nhà có một con chó.
„Jedes zweite Haus hat einen Hund."
Cứ năm người có hai người hút thuốc.
„Von fünf Leuten rauchen zwei."
Cứ bốn sinh viên là một sinh viên nữ.
„Jeder vierte Studierende ist eine Studentin."
Cứ ba ngày tôi đến chị ấy một lần.
„Jeden dritten Tag komme ich (einmal) zu ihr."

ÜBUNG A

1. Người đang vẫy vẫy tay kia là ai?
2. Con chó thấy bà chủ về, lắc lắc đuôi mừng.
3. Ông ấy gật gật đầu nói: „Chị nói có lý."
4. Chị ấy nghi nghi anh không muốn giúp chị ấy cho hết sức.
5. Tôi đã nghĩ lên nghĩ xuống có nên mua xe không.
6. Anh ấy khó tính ghê, chọn đi chọn lại mãi một cái cặp sách chưa xong.
7. Anh lấy lý gì nói tôi ưa ưa thích thích chị ấy?
8. Trời nắng nắng mưa mưa thế này ai thích đi chơi?
9. Sáng sáng chúng tôi tập thể dục, chiều chiều chúng tôi đi bơi.
10. Con gái của bà ấy người người đi du học tại Pháp.
11. Tôi không viết nhanh được, xin ông dịch câu câu một.
12. Tý mua bóng đá từng hai quả một.

13. Người bệnh còn yếu, chỉ đi được hai bước một.
14. Khách của tôi mời mọi người đều đến.
15. Gạo ngày ngày một đắt; tiền mỗi ngày một mất giá.
16. Cứ ba ngày tôi đi bơi một lần.

VOKABELN

bước	Schritt; schreiten; Zw für *đi, bước, chạy*	lắc	hin und her bewegen, schütteln
câu	Satz, Phrase, Vers	lý	Grund, Vernunft; *có lý* (haben – Grund:) vernünftig, richtig, begründet
chọn	wählen, auswählen		
cứ	jede(-r, s)		
dịch	übersetzen	mất giá	den Wert verlieren
du học	im Ausland studieren	mọi	jede(-r, -s) (im Sinne von „alle")
đắt	teuer		
đều	gleich; gleichermaßen, allesamt	nghi	verdächtigen, zweifeln
		thể dục	Gymnastik
đuôi	Schwanz	tính	Charakter(eigenschaft), Temperament, Natur
gạo	(ungekochter) Reis		
gật (đầu)	(mit dem Kopf) nicken	từng	einzeln
		ưa thích	lieben, gern haben, mögen

ÜBUNG B (Lösung s. S. 182)

Übersetzen Sie ins Vietnamesische:

1. Sie kauft Stühle einzeln.
2. Von dreißig Studenten haben zwei einen Wagen. Jeder dritte Student raucht.
3. Er hat hin und her gesucht und konnte kein billiges Zimmer finden.
4. Das Kind lacht und weint abwechselnd.
5. Er wiederholt ständig den einen Satz.
6. Sie schüttelt dreimal kurz mit dem Kopf.
7. Fräulein Lan wird mit jedem Tag schöner.
8. Jeden Tag gehe ich einmal spazieren.
9. Unsere Studenten können alle Vietnamesisch sprechen.
10. Sie können jeweils zu dritt hereinkommen.

Lektion 26

GRAMMATIK

26.1. Die Verdoppelung des Adjektivs

26.1.1. Sowohl eine Abschwächung als auch eine Intensivierung des Adjektivs kann durch eine Verdoppelung erreicht werden.

26.1.2. Die zwei Hauptformen der Verdoppelung sind: die vollständige und die abgeleitete Verdoppelung.

26.1.3. Eine vollständige Verdoppelung erfolgt durch eine genaue Wiederholung der (Grund-)Silbe, z. B. *vui vui, buồn buồn, yếu yếu, chậm chậm, nhỏ nhỏ*.

26.1.4. In der Schriftsprache wird diese Form der Verdoppelung in der Regel nur für eine Abschwächung des Adjektivs verwendet. In der mündlichen Sprache jedoch kann sie wie im Folgenden zum Ausdruck gebracht werden:
a) bei einer Abschwächung des Adjektivs wird die erste Silbe abgeschwächt und die zweite Silbe betont ausgesprochen; eine Pause zwischen den beiden ist nicht möglich: $-\cup\stackrel{\perp}{-}$.
b) bei einer Intensivierung des Adjektivs werden beide Silben betont; eine kleine Pause zwischen ihnen ist möglich: $\stackrel{\perp}{-}\stackrel{\perp}{-}$.

26.1.5. Eine abgeleitete Verdoppelung ist eine Wiederholung der Silbe mit einer Änderung des Tones und/oder des (Vor- oder End-)Lautes der ersten bzw. der zweiten Silbe. Diese Änderung entspricht den Klassifikationen und dem Zusammenspiel der Töne und Laute.

26.1.6 Bei einer Abschwächung des Adjektivs erfolgt eine Tonverschiebung stets von rechts nach links auf der folgenden Tabelle:

	gleich	kurz	lang
hoch	/ /	/´/	/'/
tief	/`/	/./	/˜/

z. B. *yếu yếu, chậm chậm, nho nhỏ, cu cũ*.

26.1.7. Eine intensivierende Verdoppelung des Adjektivs in abgeleiteter Form wird als kompliziert empfunden. Mittlerweile gelten die meist in dieser Form verdoppelten Adjektive als feststehende Ausdrücke, z. B. *chậm chạp, sáng sủa, sạch sẽ*.

26.1.8. Durch Verdoppelung abschwächende Adjektive können nicht durch das Adverb *rất* oder *lắm* modifiziert werden.

26.1.9. Bei der Verdoppelung zweisilbiger Adjektive werden beide Silben einzeln – nach einer der o. g. Verdoppelungsformen – wiederholt, z. B. *nhỏ nhỏ bé bé* bzw. *nho nhỏ be bé, khỏe khỏe mạnh mạnh* bzw. *khoe khỏe mành mạnh*.

26.1.10. Verdoppelte Adjektive können wie gewöhnliche Adjektive verwendet werden, also als Attribute, Prädikate, Adverbialbestimmungen oder Komplemente, z. B.
Cô gái xinh xinh ngồi kia là ai đấy?
„Wer ist denn das recht hübsche Mädchen, das dort sitzt?"
Hôm nay anh ấy vui vui.
„Heute ist er einigermaßen fröhlich."
Chị ấy buồn buồn ra về.
„Sie geht nach Hause, ein bißchen traurig."
Đứa trẻ đang chạy chậm chậm đến trường.
„Das Kind läuft etwas langsam in die Schule."

26.1.11. Die Verdoppelung mehrerer Adjektive unmittelbar hintereinander kann einen Wechsel zwischen den Eigenschaften (deutsch oft „mal – mal" bzw. „halb – halb") bedeuten, z. B.
Tôi được tin ấy, buồn buồn vui vui.
„Als ich diese Nachricht erhielt, war ich halb traurig, halb froh."
Hiện nay trời nắng nắng mưa mưa, đẹp đẹp xấu xấu.
„Zur Zeit ist das Wetter mal sonnig, mal regnerisch, mal schön, mal schlecht."
Ông ấy nói to to nhỏ nhỏ, thật khó hiểu.
„Er redet mal laut, mal leise, so daß es schwer ist, ihn zu verstehen."

ÜBUNG A

1. Xin anh đi nhẹ nhẹ; bố tôi đang nghỉ.
2. Cà phê còn đắng đắng; xin cô cho tôi thêm một ít đường.
3. Nhà ấy có một con chó dữ dữ; anh nên đợi người nhà ra đưa anh vào.
4. Nó bị mẹ mắng, buồn buồn, không nói không cười.
5. Trời ấm ấm lên, tôi sẽ đến thăm anh. Bây giờ còn lạnh quá.
6. Lan, con cố gắng hút bụi lau bàn ghế cho sạch sẽ nhá!
7. Chị có hai con mắt thật to và cái miệng nho nhỏ kia là ai đấy?
8. Em ấy còn bé nhỏ, sang đường phải có người đưa.
9. Cái nhà ấy to lớn quá; chúng tôi chỉ muốn mua một cái nhà nho nhỏ be bé.
10. Việc ấy không khó khăn lắm; tôi nghĩ chị có thể làm được.
11. Hôm nay tôi cảm thấy mệt mệt; tôi muốn ở nhà.
12. Hôm nay ông ấy đi làm về, có vẻ mệt mã.
13. Trời đã sáng sáng rồi, chúng ta có thể lên đường.
14. Văn của ông ấy sáng sủa, rất dễ hiểu.

15. Xin thầy đọc chậm chậm. Thầy đọc nhanh quá, tôi không chép kịp.
16. Em ấy không chậm chạp lắm.
17. Tôi biết một câu chuyện vui vui về ông Trời; anh muốn nghe tôi kể chuyện ấy không?
18. Chị ấy thuê được một cái nhà thật rẻ, chị ấy khá vui vẻ.
19. Cô vợ của anh ấy nhỏ nhỏ, xinh xinh.
20. Ông ấy nói to to nhỏ nhỏ người nghe khó hiểu.
21. Chị ấy đang chăm chăm chú chú làm bài tập.
22. Tiệm ăn ấy hơi xa, chúng ta phải lấy tắc xi đến.

VOKABELN

ấm	warm, lau, mild (z.B. Wetter, Klima)	mắt	Auge
		mệt mã	sehr müde, matt
bé	klein, winzig, jung	miệng	Mund
bé nhỏ	auch: *nhỏ bé* klein, winzig, jung und klein	sạch sẽ	(schön) sauber
		sáng sủa	(schön) hell, strahlend
chăm chú	sich ernsthaft beschäftigen mit; aufmerksam, achtsam	thêm	hinzufügen; hinzu, zusätzlich
chậm chạp	(schön) langsam, träge	to	groß, dick, laut
đắng	bitter	văn	Literatur, Schrifttum
đường	Zucker	vẻ	Aussehen, Ausdruck; *có vẻ* scheinen
hơi	Atem, Hauch; ein bißchen		
kể	erzählen, berichten	về	über, betreffend, hinsichtlich
khá	ziemlich		
khó khăn	schwer, schwierig, mühsam	vui vẻ	fröhlich, heiter, froh und munter
kịp	rechtzeitig, pünktlich		

ÜBUNG B (Lösung s. S. 182)

Übersetzen Sie ins Vietnamesische (unter Verwendung verdoppelter Adjektive für die unterstrichenen Ausdrücke):

1. Sie ist ein bißchen traurig, (denn) ihre Katze ist krank.
2. Heute scheint er ein bißchen schwierig zu sein; du solltest ihn nicht ansprechen (treffen).
3. Ich trinke nicht viel Kaffee; geben Sie mir bitte nur ein bißchen.
4. Ist es weit von deinem Haus bis zur Uni? – Es ist ein bißchen weit.
5. Er macht einen sehr müden Eindruck und spricht sehr langsam.

6. Das Wetter ist mal warm, mal kalt; abwechselnd regnet es und scheint die Sonne.
7. Sie hat mir eine halb heitere, halb traurige Geschichte erzählt.
8. Das Zimmer, das ich gemietet habe, ist schön sauber und schön hell.
9. Ihre Augen sind ein bißchen klein.

Lektion 27

GRAMMATIK

27.1. Grundzahlwörter II (ab 100)

27.1.1. Folgende Grundzahlwörter werden auch als Stellenbezeichnungen sowie Maßeinheiten verwendet:

(một) trăm	100
(một) nghìn	1000
(một) vạn	10000
(một) ức	100000
(một) triệu	1000000

Die „Eins" (*một*) ist stets mitzusprechen, wenn es sich um runde Zahlen handelt.

27.1.2. Bei der Aussprache von mehrstelligen Zahlen kann mitgesprochen werden:
a) jede Stellenbezeichnung,
b) *linh* vor dem Einer, wenn bei den drei letzten Stellen nur die Zehnerstelle mit Null belegt ist (z.B. 106, 1.304, usw.),
c) *lẻ* vor dem Einer, wenn die Zahlen jeweils nur runde Werte von *trăm, nghìn, vạn, usw.* (z.B. 103, 2.005, usw.) darstellen.
Beispiele:

106	*một trăm lẻ/linh sáu*
4.003	*bốn nghìn lẻ ba*
2.105	*hai nghìn một trăm linh năm*
16.021	*một vạn sáu nghìn hai mươi mốt*
30.009	*ba vạn lẻ chín*
109.207	*mười vạn chín nghìn hai trăm linh bảy*
2.700.135	*hai triệu bảy trăm nghìn một trăm ba mươi lăm*

27.2. Die Bruchzahl und der Dezimalbruch

27.2.1. Die Bruchzahl wird mit der Formel „Zähler + *phần* + Nenner" ausgedrückt, z.B.

1/3	*một phần ba*
3/10	*ba phần mười*
5/100	*năm phần trăm*
2 60/100	*hai và sáu mươi phần trăm*

27.2.2. Bei der Aussprache von Dezimalbruchzahlen werden die Ziffern hinter dem Komma *(phẩy)* in der Regel einzeln – die Null heißt *không* – gelesen. Vor dem Komma können die Ziffern auch in Verbindung mit den Stellenbezeichnungen gesprochen werden, z. B.

    3,1416   *ba, phẩy, một, bốn, một, sáu*
                bzw. *ba, phẩy, mười bốn, mười sáu*
    50,01357 *năm, không, phẩy, không, một, ba, năm, bảy*
                bzw. *năm mươi, phẩy, usw.*

27.2.3. Die gegenwärtige vietnamesische Währung hat das Dezimalsystem: einem *đồng* entsprechen zehn *hào*, einem *hào* zehn *xu*. Bei Angaben mit zweien dieser Währungseinheiten kann die Bezeichnung der nächsten Dezimaleinheit wegfallen, wenn sie an der letzten Stelle steht.

27.2.4. Folgt nach *giá* („kosten") eine Preisangabe mit Währungseinheiten, so kann es wegfallen, z. B.
Quyển sách này (giá) bảy đồng hai (hào).
„Dieses Buch kostet sieben đồng und zwei hào."
Cái bút chì này (giá) ba hào sáu (xu).
„Dieser Bleistift kostet drei hào und sechs xu."

27.2.5. Die Verwendung von *nửa, rưỡi* und *rưởi*

27.2.5.1. Als Substantiv in der Bedeutung „Hälfte" steht *nửa* stets hinter einem Zahlwort; wie ein Zahlwort, steht *nửa* (deutsch „halbe(-r, -s)") vor einem Klassifikator (vgl. auch 2.2.6.), z. B.
Tôi lấy một nửa.
„Ich nehme eine Hälfte."
Tôi ăn nửa quả cam này.
„Ich esse die Hälfte dieser Orange." Oder auch: „Ich esse diese halbe Orange."
Tôi ăn một nửa quả cam này.
„Ich esse eine Hälfte dieser Orange."
Nửa lớp chúng tôi bệnh.
„Die Hälfte unserer Klasse ist krank."/„Unsere halbe Klasse ist krank."

27.2.5.2. *rưỡi* (deutsch „und ein(e) halbe(-r, -s)" bzw. „-einhalb") steht hinter dem Substantiv oder zwischen Klassifikator bzw. Maßeinheit und Substantiv, z. B.
Tôi ăn một quả táo rưỡi.
„Ich esse anderthalb Äpfel."
Chị ấy uống một cốc rưỡi trà.
„Sie trinkt anderthalb Tassen Tee."
Mẹ tôi mua hai kí rưỡi gạo.
„Meine Mutter kauft zweieinhalb Kilo Reis."

27.2.5.3. *rưởi* (deutsch „-einhalb") steht nur hinter einem runden Zahlenwert von jeweils *trăm, nghìn, vạn, usw.*, z. B.
Mẹ tôi mua một trăm rưởi quả trứng.
„Meine Mutter kauft hundertfünfzig (anderthalb Hunderter) Eier."
Trường này có hai nghìn rưởi học sinh.
„Diese Schule hat zweieinhalbtausend Schüler."

27.2.6. „Nu + N" kann attributiv wie ein gebundenes Nomen (vgl. 5.2.1.) gebraucht werden; die Konstruktion wird im Deutschen oft mit „zu" oder „mit" wiedergegeben. Als quantitative Ergänzungsbestimmung verwendet, steht „Nu + N" hinter dem Adjektiv, z. B.
Tôi mua hai kí táo năm đồng.
„Ich kaufe zwei Kilo Äpfel, das Kilo zu fünf đồng."
Ông ấy làm một cái nhà cao ba tầng.
„Er baut ein großes Haus mit drei Stockwerken."
Chị ấy cao một thước bảy mươi.
„Sie ist 1,70 m groß."

ÜBUNG A

1. *Anh ấy có nghìn quyển sách.*
2. *Một vạn là bao nhiêu nghìn?*
   −*Một vạn là mười nghìn.*
3. *Một năm có bao nhiêu ngày?*
   −*Một năm có 365 ngày.*
4. *Xin anh đọc các số sau đây: 102, 1.006, 75.103, 3/10, 0,4015.*
5. *Chị có tiền lẻ đổi cho tôi một tờ trăm không?*
   −*Tờ mấy trăm? − Thưa, tờ một trăm.*
6. *Việt Nam có bao nhiêu dân cư?*
   −*Việt Nam có 52 triệu dân cư.*
7. *Diện tích nước Việt Nam là bao nhiêu?*
   −*Diện tích nước Việt Nam là 329.566 cây số vuông.*
8. *Anh đọc truyện „Nghìn lẻ một đêm" chưa?*
9. *Tôi ăn nửa quả cam này.*
10. *Tôi ăn một nửa quả cam này.*
11. *Xin cô cho tôi một quả cam rưởi.*
12. *Xin cô cho tôi một kí rưởi gạo.*
13. *Hôm qua tôi có hai trăm rưởi đồng, tiêu mất năm mươi đồng, còn hai trăm đồng.*
14. *Cái bút này giá bảy hào hai, không phải bảy hào ba.*
15. *Trứng của bà (giá) bao nhiêu một quả?*
    −*Trứng của tôi (giá) nửa đồng (bzw. năm hào bzw. năm mươi xu) một quả.*

16. Cái bàn này dài bao nhiêu?
   —Cái bàn này dài một thước hai và cao một thước bảy mươi lăm.
17. Anh cao bao nhiêu?
   —Tôi cao 1m65.

VOKABELN

cao	hoch, groß	*phần*	Teil, Anteil; Bildner von Bruchzahlen
cây số	Kilometer(stein)		
chẵn	gerade (v. Zahlen), rund (v. Summen)	*phẩy*	Komma
		rưởi	die Hälfte (des jeweiligen Zahlenwertes von *trăm, nghìn, vạn, triệu*): -einhalb
dân	Volk, Bevölkerung; *dân cư* Einwohner(schaft)		
diện tích	Fläche	*rưỡi*	und ein(e) halbe(r,s), -einhalb
đêm	Nacht		
đổi	tauschen, austauschen, umtauschen, wechseln	*thước (ta)*	Maßeinheit (0,40 m), Meter
		thước (tây)	Meter
hào	Währungseinheit: 1/10 *đồng*	*tiền lẻ*	Kleingeld, Wechselgeld
không	Null	*trăm*	hundert
lẻ	bei 1−9 (über 100, 1.000., usw.); ungerade (Zahl)	*triệu*	Million
		ức	hunderttausend
linh	bei 1−9 (über 100)	*vạn*	zehntausend
năm	Jahr	*vuông*	Quadrat
ngày	Tag	*xu*	Währungseinheit: 1/10 hào, Cent, Pfennig
nghìn	tausend (auch: *ngàn*)		
nửa	Hälfte, halb		

ÜBUNG B (Lösung s. S. 182)

Lesen bzw. übersetzen Sie ins Vietnamesische:

1. 20.704.525; 1.003.005; 39.608
2. 1/5; 3/10; 7/100; 1/1000
3. 3,1416; 0,365; 365,20501; 1đ20; 1đ03; 5đ50
4. Wieviel sind 100 × 100? − (Antwort:) ...
5. Dieser Garten hat eine Fläche von 1.000 m².
6. Können Sie mir bitte eine halbe Tasse Tee geben?
7. Ich möchte anderthalb Kilo Äpfel zu zehneinhalb đồng je Kilo haben (kaufen).
8. Dieses Land hat nur anderthalb Millionen Einwohner.
9. Wie lang ist diese Straße? − Sie ist 15 km lang.
10. Wie hoch ist die neue Universitätsbibliothek?

Lektion 28

GRAMMATIK

28.1. Die Ordnungszahlwörter

28.1.1. Die Bildung der Ordnungszahlwörter erfolgt durch Voranstellung des Wortes *thứ* wie ein Präfix vor die Grundzahlwörter, z. B. *thứ ba* (3.), *thứ mười* (10.), usw.

28.1.2. Es gibt hierbei eine Ausnahme und zwei Alternativen: „erste(-r, -s)" heißt *thứ nhất*, „zweite(-r, -s)" *thứ hai* oder *thứ nhì*, „vierte(-r, -s)" *thứ bốn* oder *thứ tư*.

28.1.3. Ordnungszahlwörter stehen wie ein Attribut bzw. ein Komplement des Grades hinter dem zu modifizierenden Wort; sie können auch mit einem Klassifikator verbunden werden, z. B.
Kim là đứa con thứ hai của tôi; đứa thứ nhất tên là Phong.
„Kim ist mein zweites Kind; das erste heißt Phong."
Người đến thứ hai là tôi.
„Der als zweiter Gekommene bin ich."
Phong cao thứ ba trong lớp.
„Phong ist der drittgrößte in der Klasse."

28.1.4. In gewissen Wendungen ist der Charakter der Ordnungszahl auch ohne *thứ* vorhanden, z. B.
Lớp chúng tôi ở tầng ba.
„Unser Klassenraum liegt im dritten Stock."
Hôm nay chúng ta học bài hai mươi tám.
„Heute lernen wir die Lektion 28."

28.2. Das Datum

28.2.1. Das Datum wird nach folgendem Schema ausgedrückt:
Wochentag + Monatstag + Monat + Jahr

28.2.2. Die Wochentage werden durch „*thứ* + Grundzahlwort" ausgedrückt; die Zählung beginnt am Sonntag. „Sonntag" heißt im modernen Vietnamesisch jedoch nicht *thứ nhất*, sondern *chủ nhật*.

28.2.3. Die Monatstage werden durch „*mồng* + Grundzahlwort" für die erste Dekade des Monats, und „*ngày* + Grundzahlwort" für die restlichen Tage ausgedrückt; in eindeutigen Sprechsituationen kann *ngày* wegfallen; der 15. des Mondmonats heißt *rằm*.

28.2.4. Die Monatsbezeichnungen werden durch „*tháng* + Grundzahlwort" gebildet; der 1. Monat im Jahr bzw. „Januar" heißt mit Sonderbezeichnung *tháng giêng*, und der 12. bzw. „Dezember" *tháng chạp;* zur näheren Kennzeichnung wird *âm lịch* (Abk.: *A.L.*) bzw. *dương lịch* (Abk.: *D.L.*) an die Monatsbezeichnungen angehängt.

Beispiele:

Hôm nay là thứ hai, mồng mười tháng hai A.L.
„Heute ist Montag, der 10. des zweiten Mondmonats."
Mồng năm tháng năm D.L. là ngày sinh nhật của mẹ tôi.
„Der 5. Mai ist der Geburtstag meiner Mutter."
Ngày mười một tháng giêng A.L. này là một ngày chủ nhật.
„Dieser 11. des ersten Mondmonats ist ein Sonntag."

28.2.5. Bei Jahresangaben wird gewöhnlich das Wort „*năm*" („Jahr") vor der Jahreszahl mitgesprochen, z.B.

Tôi sinh năm 1961.
„Ich bin (im Jahr) 1961 geboren."
Hôm nay là thứ bốn, mồng hai, tháng ba, năm một nghìn chín trăm tám mươi ba.
„Heute ist Mittwoch, der 2. 3. 1983."

28.2.6. In eindeutigen Sprechsituationen ist eine Kopula nicht erforderlich, wenn ein Datum (auch: Uhrzeit, Entfernung) das Nominalprädikat des Satzes bildet; die Verneinung erfolgt durch *không phải*.

Hôm nay (là) thứ hai.
„Heute ist Montag."
Hôm qua không phải (là) mồng mười, hôm qua (là) mười một.
„Gestern war nicht der 10.; es war der 11."

28.2.7. Eine Frage nach dem Datum wird im allgemeinen nach dem folgenden Schema gebildet:

[*thứ, mồng* (bzw. *ngày*), *tháng, năm*] + *mấy?*

z.B.

Hôm nay thứ mấy? — Hôm nay thứ sáu.
„Was für ein Wochentag ist heute?" — „Heute ist Freitag."
Hôm ấy mồng/ngày mấy? — Hôm ấy mồng sáu.
„Der wievielte war es?" — „Es war der 6."
Bây giờ tháng mấy? — Tháng sáu.
„Im wievielten Monat sind wir?" — „Im 6." Oder auch: „Im Juni."
Anh sinh năm mấy?/Anh sinh năm nào? — Tôi sinh năm 1961.
„In welchem Jahr bist du geboren?" — „Ich bin (im Jahr) 1961 geboren."

ÜBUNG A

1. Thưa cô, một cái vé xe lửa hạng nhì từ Hamburg đi Paris giá bao nhiêu tiền?
2. Phòng làm việc của ông ở tầng thứ mấy?
   – Phòng làm việc của tôi ở tầng thứ nhất.
3. Chị ấy là người thứ một triệu đến thăm viện bảo tàng, được tặng một quyển sách nói về viện.
4. Tý, đây là cái đồng hồ thứ ba mẹ mua cho con. Con đã làm mất hai cái rồi, con biết không?
5. Tháng âm lịch có hai mươi chín hoặc ba mươi ngày. Ngày thứ mười lăm trong tháng gọi là (ngày) rằm.
6. Thứ mấy chúng ta có giờ học tiếng Việt?
   – Thứ hai, thứ tư và thứ sáu.
7. Hôm nay (là) ngày mấy?
   – Hôm nay là mồng ba tháng giêng âm lịch, ở Việt Nam người ta còn đang ăn Tết.
8. Chủ nhật này anh định làm gì?
   – Chủ nhật này tôi định đi Hannover thăm một người bạn học tại đó.
9. Anh sinh năm mấy?
   – Tôi sinh năm một nghìn chín trăm sáu mươi mốt.
10. Ngày sinh nhật của tôi là ngày ba mươi mốt tháng chạp dương lịch.
11. Đây là chuyến đầu ông sang Trung Hoa lo việc cho hãng, phải không?
12. Ở đây không có thang máy sao?
    – Có chứ, thang máy ở bên trái, cạnh cửa thứ hai cuối cùng.
13. Ngày mai là ngày nghỉ, anh ăn sáng rồi, trước hết anh làm gì?
14. Hôm qua tôi sang nhà anh, có để quên cái dù ở đó; anh có thấy nó không?
15. Bao giờ chị đi Pháp, xin chị mua cho tôi một số báo „Tin Sáng" sau hết.

VOKABELN

âm lịch	Mondkalender	hạng	Qualität, Klasse
chạp	Feier am Jahresende; *tháng chạp* zwölfter Monat, Dezember	hoặc	oder (in Aussage)
		mồng	Bildner der Tage der ersten Monatsdekade
chủ nhật	Sonntag	nhất	ein(s); erste(-r, -s)
cùng	Ende	nhì	zweite(-r, -s)
dương lịch	(Sonnen-)Kalender	rằm	(Tag des) Vollmond(es); 15. Tag des Monats nach dem Mondkalender
đồng hồ	Uhr(werk)		
giêng	erster Monat des Jahres; Januar	sau hết	(aller)letzte(-r, -s); zu allerletzt
hãng	Firma, Geschäft		

Lektion · Bài 28

Tết	(vietnamesisches) Neujahrsfest; *ăn Tết* das Neujahrsfest feiern		für Ordnungszahlwörter sowie Wochentage
		trước hết	(aller)erste(-r, -s); zu allererst
thang	Leiter; *thang máy* Fahrstuhl		
tháng	Monat	*tư*	vier
thứ	Rang, Reihenfolge; Bildner		

ÜBUNG B (Lösung s. S. 182)

Übersetzen Sie ins Vietnamesische:

1. Das Ostasiatische Institut befindet sich im 12. Stock; du kannst mit dem Fahrstuhl hinauffahren.
2. Geben Sie mir bitte zwei Fahrkarten 2. Klasse nach Paris!
3. Was für ein Wochentag ist der letzte Tag dieses Monats?
4. Wann bist du geboren?
5. Ißt du heute zum ersten Male in diesem Restaurant?
   −Nein, ich habe schon mehrmals hier gegessen.
6. Was machst du an diesem Sonntag?
   −Ich werde einmal ganz lang schlafen.
7. Wenn du zu Hause angekommen bist, was machst du als erstes?
8. Ihr wievieltes Kind ist Tý?
9. Heute ist der 13. und Freitag; ich bleibe zu Hause.

Lektion 29

GRAMMATIK

29.1. Adverbiale Bestimmungen der Zeit

29.1.1. Zeitpunkte bzw. Zeitspannen, die im Zeitraum der Sprechsituation liegen, werden nach der Formel „Zahl + Zeiteinheit + *này*" ausgedrückt, z. B.
Hai ngày này bố tôi không đi làm.
„In diesen zwei Tagen geht mein Vater nicht arbeiten."
Ba năm này anh tôi học ở Pháp.
„In diesen drei Jahren studiert mein älterer Bruder in Frankreich."

29.1.2. Zurückliegende Zeitpunkte bzw. Zeitspannen werden mit Hilfe von *trước* oder *qua*, kommende mit *sau* oder *đến* (bzw. *tới*) ausgedrückt, die jeweils wie ein Attribut hinter der jeweiligen Zeiteinheit stehen, z. B.
Hai tuần qua/trước chị ấy bệnh.
„Die zwei letzten Wochen war sie krank."
Tháng tới/sau bố tôi đi nghỉ.
„Nächsten Monat fährt mein Vater in den Urlaub."

29.1.3. Die Konstruktion „*trước đây* + Zahl + Zeiteinheit" bedeutet „(jetzt) vor x ..."; *đây* wird gegebenenfalls durch *đó* ersetzt (deutsch dann „x ... davor"), z. B.
Trước đây một tuần anh ấy lên đường sang Việt Nam.
„Vor einer Woche ist er nach Vietnam abgereist."
Trước đó hai ngày tôi có gọi giây nói cho chị ấy.
„Zwei Tage davor habe ich sie angerufen."

29.1.4. Die Konstruktion „*từ* + Zahl + Zeiteinheit + *nay*" kann „seit nunmehr x ..." oder auch „vor x ..." bedeuten; *từ* kann auch wegfallen, z. B.
(Từ) hai tuần nay chị ấy bệnh./Chị ấy bệnh (từ) hai tuần nay.
„Sie ist krank seit zwei Wochen."
Anh ấy đã bắt đầu đi làm từ một tháng nay.
„Er hat vor einem Monat angefangen, arbeiten zu gehen."

29.1.5. Die Konstruktion „*sau đây* + Zahl + Zeiteinheit" bedeutet „jetzt/heute in x ..."; *đây* wird gegebenenfalls durch *đó* ersetzt (deutsch dann „x ... danach"), z. B.
Sau đây một năm tôi sẽ trở lại.
„In einem Jahr werde ich zurückkehren."
Sau đó hai tháng chị ấy lấy chồng.
„Zwei Monate danach heiratete sie."

29.1.6. Die gleiche Bedeutung (wie 29.1.5.) hat auch die Konstruktion „còn + Zahl + Zeiteinheit + nữa" (wörtlich: „es ist/sind noch x ... bis ..."), die jedoch als Zeitpunktangabe nicht am Satzende stehen kann; còn kann auch wegfallen, z.B.
(Còn) năm ngày nữa tôi sẽ lên đường sang Việt Nam.
„Es sind noch fünf Tage, bis ich nach Vietnam abreise."
(Còn) một tháng nữa tôi sẽ thi viết.
„In einem Monat werde ich die schriftliche Prüfung machen."

29.1.7. Zeitpunktangaben können in Sätzen mit existenzbezeichnenden Prädikaten (z.B. *có, bắt đầu, hết*) als Subjekte am Satzanfang auftreten; das logische Subjekt steht dann hinter dem Prädikat (vgl. 11.1.2.), z.B.
Tuần tới có phim hay.
„Nächste Woche gibt es einen guten Film/gute Filme."
Ngày mai bắt đầu tháng sáu.
„Morgen beginnt der Juni."
(Còn) một tháng nữa hết khóa học.
„Es ist noch einen Monat hin, bis das Semester zu Ende geht."

29.2. Die Uhrzeit

29.2.1. Die Uhrzeit wird wie folgt ausgedrückt:

$$\text{Zahl} + giờ + \text{Zahl} + phút + \text{Zahl} + giây$$

29.2.2. Die Zählung der Stunden geht gewöhnlich nur bis zwölf. Zur näheren Kennzeichnung wird die jeweilige Bezeichnung des Tagesabschnittes an die Uhrzeit angehängt, falls dies erforderlich ist:
Uhrzeit + [*sáng, trưa, chiều, tối, đêm*]
  „morgens (bzw. vormittags)", „mittags", „nachmittags",
  „abends", „nachts"
z.B.
Bây giờ là 5 giờ 15 phút sáng.
„Jetzt ist es 5.15 Uhr (morgens)."
Bấy giờ là 8 giờ 20 phút tối.
„Zu jener Zeit war es 20.20 Uhr."

29.2.3. „Vor" und „nach" werden durch *kém* bzw. *quá* ausgedrückt, die sich jeweils auf die volle Stunde beziehen:

$$\text{Zahl} + giờ + [kém, quá] + \text{Zahl} + phút$$

z.B.
Bây giờ là mười giờ kém mười.
„Jetzt ist es zehn vor zehn."
Bấy giờ là hai giờ quá năm phút chiều.
„Zu jener Zeit war es fünf nach zwei nachmittags."

29.2.4. Die genaue Hälfte einer laufenden Stunde kann durch Anhängen von *rưỡi* an die bereits volle Stunde ausgedrückt werden, z. B.

9.30 Uhr: *chín giờ ba mươi phút,* oder: *chín giờ rưỡi*

29.2.5. Bei der Uhrzeitangabe wird *lúc* vor die Uhrzeit gestellt, wenn die Handlung in der Vergangenheit liegt, z. B.
Tôi đi học lúc 7 giờ rưỡi sáng.
„Ich ging um halb acht Uhr morgens zum Unterricht."
Lúc 12 giờ kém 10 phút tôi đã gọi giây nói cho chị ấy rồi.
„Um zehn vor zwölf habe ich sie bereits angerufen."

29.2.6. *lúc* wird auf alle Fälle vor die Uhrzeit als Zeitpunktangabe gestellt, wenn diese am Satzende auftritt, z. B.
Tám giờ tối tôi sẽ về nhà. Oder: *Tôi sẽ về nhà lúc tám giờ tối.*
„Um acht Uhr abends werde ich heimkehren."

29.2.7. Ein Zeitpunkt, der einem anderen nachfolgt, kann durch *đến* (deutsch etwa „dann") angezeigt werden, z. B.
Bây giờ tôi đi mua sách, (rồi) đến mười một giờ rưỡi tôi sẽ trở lại.
„Jetzt gehe ich ein Buch/Bücher kaufen, um halb zwölf werde ich dann zurückkommen."
Hôm nay bố tôi đi Pháp, rồi đi Đức, đến tháng sau bố tôi sẽ trở về Việt Nam.
„Heute fährt mein Vater nach Frankreich, dann fährt er nach Deutschland, nächsten Monat wird er dann nach Vietnam zurückkehren."
Đến bao giờ tôi mới được gặp lại chị?
„Wann darf/kann ich dich erst wiedersehen?"

ÜBUNG A

1. *Mấy giờ rồi?*
2. *Bây giờ (là) mấy giờ (rồi)?*
3. *Đồng hồ anh (bây giờ) (là) mấy giờ (rồi)?*
4. *Bây giờ chín giờ ba mươi (phút).*
5. *Bây giờ chín giờ rưỡi.*
6. *Đồng hồ tôi mười giờ năm mươi phút hai mươi giây.*
7. *Đồng hồ tôi mười một giờ kém chín phút bốn mươi giây.*
8. *Tuần qua bố tôi đi Pháp, rồi đi Đức; đến tuần tới bố tôi về Việt Nam.*
9. *Bố tôi năm trước ở Pháp, năm nay ở Đức, năm sau về Việt Nam.*
10. *Tôi gửi thư cho anh hôm kia.*
11. *Tôi gửi thư cho anh trước đây hai hôm (oder: hai ngày).*
12. *Hôm nay chị ấy thi viết, ngày kia chị ấy thi miệng.*
13. *Ngày kia tôi thi viết, sau đó hai hôm tôi thi miệng.*

14. Bây giờ (là) bốn giờ rồi; mấy giờ ông hết giờ làm việc?
    — Năm giờ tôi hết giờ làm việc.
15. Còn một giờ nữa tôi hết giờ làm việc.
16. Chị ấy bắt đầu đi làm từ bao giờ?
    — Từ sáu tháng nay.
    — Từ nửa năm nay.
17. Bà đến quá trễ; xe lửa đi Pháp khởi hành lúc mười một giờ đúng; bây giờ là mười một giờ quá mười (phút) rồi.
18. Xe lửa đi Pháp khởi hành trước đây mười phút.
19. Tiệm ăn „Saigon" mở cửa từ mấy giờ đến mấy giờ?
    — Từ mười hai giờ trưa đến mười hai giờ đêm.
    — Từ nửa ngày đến nửa đêm.
20. Tý, con đứng đây đợi mẹ nhá; mẹ vào bưu điện mua mấy con tem, trong vòng mười phút sẽ trở ra.
21. Chín giờ thư viện mở cửa; bây giờ mới là tám giờ rưỡi, chúng ta còn đủ thì giờ vào tiệm uống một cốc cà phê.
22. Một năm có bốn mùa là xuân, hạ, thu, đông.
23. Mùa xuân năm nay anh có đi nghỉ không?
    — Nửa tháng hai mới hết khóa học, sau đó tôi thi viết.
24. Ở Saigon lúc này là mùa mưa; ban ngày nóng dữ.

VOKABELN

ban	(kurzer) Zeitraum; *ban sáng* am Morgen, morgens	mùa	Jahreszeit, Saison
đây	*trước đây*/*sau đây* (heute/jetzt) vor/in ...	nay	jetzt, gegenwärtig, augenblicklich
đông	Winter	năm nay	dieses Jahr
giây	Sekunde	ngày kia	übermorgen
hè	Sommer	phút	Minute
hôm	Tag	quá	überschreiten; über
hôm kia	vorgestern	tem	Briefmarke (Kl: *con*)
kém	fehlen; weniger	thi	Examen machen, an einer Prüfung teilnehmen
khóa	Unterrichtszeit, Lehrgang	thì giờ	Zeit
khởi hành	abreisen, abfahren (z.B. Zug)	thu	Herbst
		trễ	(zu) spät; Verspätung haben
lúc	Zeitpunkt, Augenblick, Moment; *lúc ấy* zu jener Zeit, damals; *lúc này* jetzt, gegenwärtig	trong vòng	innerhalb
		tuần lễ	(Abk.: *tuần*) Woche
		xuân	Frühling

ÜBUNG B (Lösung s. S. 182)

Übersetzen Sie ins Vietnamesische:

1. Wie spät ist es jetzt auf deiner Uhr?
   −Drei nach zehn.
2. Um wieviel Uhr gehst du in die Mensa essen? Jetzt ist es schon zwei vor zwölf.
3. Wann ist der Zug abgefahren?
   −Um 15 Uhr 21, gnädige Frau, genau vor zweieinhalb Minuten.
4. Wann machst du dieses Jahr Urlaub?
   −Mitte Juli.
5. Vor einigen Minuten hat deine Mutter hier angerufen; sie sagte, daß ihre Maschine um 16.05 Uhr abfliegen wird.
6. Mein Vater kommt erst heute abend nach Hause. Können Sie morgen wiederkommen?
7. Seit gestern habe ich Fräulein Lan nicht gesehen; ist sie etwa krank?
8. In fünf Minuten macht die Bibliothek zu; wir sollten die Bücher ganz schnell zurückgeben.
9. Wieviel Tage sind es noch bis zum Frühlingsanfang?

Lektion 30

GRAMMATIK

30.1. Zeitdauerangaben

30.1.1. ZDA können wie ein Objekt dem Prädikat nachfolgen: S + P + ZDA, z.B.
Tôi ngủ một giờ.
„Ich schlafe eine Stunde."
Tôi chỉ có thể đợi năm phút.
„Ich kann nur fünf Minuten warten."

30.1.2. Dies gilt auch, wenn das Prädikat ein sogenanntes vorangestelltes Objekt hat (vgl. 17.2.): O + S + P + ZDA, oder: S + O + P + ZDA, z.B.
Cái nhà này tôi muốn thuê nửa năm.
„Diese Wohnung möchte ich für ein halbes Jahr mieten."
Tôi cái nhà này chỉ cho thuê từng năm một.
„Ich (aber) vermiete diese Wohnung nur jährlich."
Cuốn từ điển tiếng Việt này tôi có thể mượn bao lâu?
„Für wie lange kann ich dieses vietnamesische Wörterbuch ausleihen?"

30.1.3. Hat das Prädikat ein Objekt, das nicht vorangestellt ist, so gilt folgendes:
a) Einem unbestimmten Objekt, sofern es nicht aus einer Verbalkonstruktion besteht (z.B. *làm việc*), kann die ZDA vor- oder nachgestellt werden, z.B.
Tôi mua một năm báo.
Oder: *Tôi mua báo một năm.*
„Ich abonniere für ein Jahr die Zeitung."
Tôi mua báo năm.
„Ich kaufe eine Jahreszeitung/Jahreszeitungen."
Tôi làm việc tám giờ.
„Ich arbeite acht Stunden."
Man sagt jedoch nicht: *Tôi làm tám giờ việc.* → Ø

b) Einem bestimmten Objekt kann die ZDA ohne weiteres vor- oder nachgestellt werden. Enthält das Objekt ein „Nu + Kl", so kann die ZDA als adverbiale Bestimmung auch vor dem Prädikat oder am Satzanfang stehen: 1) S + P + O + ZDA, 2) S + P + ZDA + O, 3) S + ZDA + P + O, 4) ZDA + S + P + O, z.B.
Chúng tôi ăn một kí gạo hai ngày.
Oder: *Chúng tôi ăn hai ngày một kí gạo.*
Oder: *Chúng tôi hai ngày ăn một kí gạo.*

Oder: *Hai ngày chúng tôi ăn một kí gạo.*
„Wir verbrauchen in zwei Tagen ein Kilo Reis."/„In zwei Tagen verbrauchen wir ein Kilo Reis."

30.1.4. ZDA stehen im unbetonten Fall hinter dem Komplement des Grades, und im anderen Fall davor, z. B.
Sáng hôm nay anh ấy đến trễ năm phút.
„Heute morgen kam er fünf Minuten zu spät."
Tôi đã đợi ông nửa giờ lâu.
„Ich habe schon eine halbe Stunde lang auf Sie gewartet."

30.2. Die Bezeichnung unbestimmter Mengen

30.2.1. Unbestimmte Mengenangaben können durch Nebeneinanderstellung von zwei aufeinander folgenden Zahlen (in der Regel von 1–10) gemacht werden, z. B. *một hai tháng, ba bốn ngày, chín mười người.* In diesem Zusammenhang wird auch *năm ba* verwendet, z. B. *năm ba người.*

30.2.2. *vài* („ein paar", „wenige", „zwei oder drei"), *dăm* („ungefähr fünf"), *mươi* („ungefähr zehn") können einzeln oder in Konstruktionen, wie z. B. *vài ba, vài bốn, dăm ba, mươi mười lăm,* verwendet werden.

30.2.3. *hơn* (in der Bedeutung „mehr als", „über") kann vor einer beliebigen Zahl sowie im Anschluß an eine runde Zahl (ab 20) oder an eine Maßeinheit (z. B. Währung) verwendet werden; *ngót* („fast", „etwas weniger als") tritt in der Regel nur davor, z. B.
Anh ấy có hơn một nghìn quyển sách.
„Er hat mehr als eintausend Bücher."
Mẹ tôi mua hai mươi hơn quả trứng.
„Meine Mutter kauft mehr als zwanzig Eier."
Tôi còn ngót một trăm đồng.
„Ich habe noch fast einhundert đồng."
Mỗi ngày anh ấy hút ngót một bao thuốc lá.
„Jeden Tag raucht er fast eine Packung Zigaretten."

30.2.4. *trên dưới* und *hơn kém* können in der Bedeutung „ungefähr", „etwa" vor eine Zahl gestellt oder an das Substantiv bzw. an den Klassifikator angehängt werden, z. B.
Tôi đã ở Việt Nam trên dưới/hơn kém sáu tháng.
„Ich war in Vietnam ungefähr sechs Monate."
Anh ấy hút (thuốc lá) mỗi ngày mười lăm điếu trên dưới/hơn kém.
„Er raucht jeden Tag ungefähr fünfzehn Zigaretten."

Lektion · Bài 30   *147*

30.2.5. Die gleiche Bedeutung kann auch durch *chừng, độ* oder *khoảng* – einzeln oder zusammengesetzt – ausgedrückt werden; sie treten dann nur vor eine Zahl, z. B.

Tôi đã ở Việt Nam chừng/độ/khoảng sáu tháng.
„Ich war in Vietnam ungefähr sechs Monate."
Anh ấy hút mỗi ngày khoảng chừng/độ chừng/khoảng độ mười lăm điếu.
„Er raucht jeden Tag ungefähr fünfzehn Zigaretten."

ÜBUNG A

1. Bà ấy rất khoẻ, vài ba năm mới bệnh dăm ba ngày.
2. Chị của anh học xong rồi, lúc này làm gì?
   – Chị ấy tìm việc suốt ba tháng nay chưa ra, còn ở nhà.
3. Khách sạn đó khá sạch sẽ. Tôi đã trọ tại đó một đêm.
4. Hôm nay anh ấy thi viết. Đêm hôm qua anh ấy làm việc suốt.
5. Ông có thể đợi mười phút không? Trong vòng mười mười lăm phút đến ba tôi sẽ về.
6. Việt Nam có hơn ba nghìn năm văn hóa.
7. Tôi đi chừng một giờ tắc xi, phải trả ngót bốn mươi đồng.
8. Năm vừa qua trong kỳ nghỉ hè tôi làm việc năm tuần lễ trong một xưởng in, đã kiếm được trên dưới hai nghìn DM.
9. Trước đây ba bốn năm chị ấy có học hai khóa sáu tháng tiếng Việt tại đại học Hamburg.
10. Anh của chị còn học ở Pháp bao lâu nữa?
   – Khoảng chừng một năm nữa.
11. Độ mấy phút nữa mẹ của em sẽ đi chợ về?
12. Anh ấy hút mỗi ngày hơn một bao thuốc lá hai mươi điếu.
13. Tôi hút ngót một bao hai ngày.
14. Từ lâu rồi tôi chưa gặp chị ấy. Chị ấy hiện nay còn ở đây không?
15. Từ một tháng nay tôi mới gặp chị ấy có một lần hôm qua.
16. Mỗi ngày tôi tiêu mười đồng hơn kém.
17. Tôi một tháng đi xem chiếu bóng độ chừng hai lần.
18. Khoảng năm giờ chiều nay tôi ở thư viện đến nhà anh.
19. Anh ấy ở nhà đi xem chiếu bóng lúc khoảng năm giờ hơn.
20. Tôi nhỡ một chuyến xe buýt, sẽ đến trễ mười mười hai phút, xin các chị và các anh cứ bắt đầu đi, đừng đợi tôi!

VOKABELN

bao	Packung, Schachtel, Sack		fen; *kiếm tiền* Geld verdienen
bao lâu?	wie lange? für wie lange?		
chừng	Grenze, Maß, Menge; ungefähr, etwa	*kỳ*	Zeitraum, Periode, Frist; *kỳ nghỉ* Ferien(zeit); *kỳ (học) sáu tháng* Semester
dăm	ungefähr fünf		
điếu	Kl für Zigarette	*lâu*	lange
độ	Grad, Zeit(abschnitt); ungefähr, etwa	*mười*	ungefähr zehn
		ngót	fast, etwas weniger als
gần	nahezu, beinahe, ungefähr	*nhỡ*	versäumen, verpassen (z.B. Zug)
hơn	mehr, über; nach (z.B. Uhrzeit)		
		suốt	hindurch; *suốt đêm* die ganze Nacht hindurch
hơn kém	mehr oder weniger, ungefähr, etwa		
		trên dưới	oben und unten; mehr oder weniger; ungefähr, etwa
in	drucken (z.B. Buch, Zeitung)		
		trọ	logieren (übernachten), zur Untermiete wohnen
khách sạn	Hotel		
khoảng	Zeit(spanne), (Zwischen-)Raum; ungefähr, annähernd, gegen (z.B. Uhrzeit)	*vài*	ein paar, wenige, zwei oder drei
		văn hóa	Kultur
		xưởng	Werkstatt, Fabrik, Betrieb
kiếm	suchen, sich etwas beschaf-		

ÜBUNG B (Lösung s. S. 183)

Übersetzen Sie bitte ins Vietnamesische:

1. Wie lange haben Sie schon warten müssen? Entschuldigen Sie bitte! Ich habe einen Bus verpaßt.
2. Sie können dieses Zimmer nur für ein Jahr mieten. Nächstes Jahr kommt mein Sohn von seinem Auslandsstudium zurück, und er braucht das Zimmer.
3. In diesen Sommerferien werde ich einen Monat in einer Papierfabrik arbeiten.
4. Jede Woche gehe ich einmal drei Stunden lang schwimmen.
5. Letzte Nacht habe ich im Hotel nur ungefähr zwei Stunden geschlafen. Mein Zimmer liegt zur Straße hin und draußen war viel Verkehr.
6. Meine Eltern wohnen über dreihundert Kilometer von hier entfernt. Alle drei, vier Wochen fahre ich einmal meine Eltern besuchen.
7. Sie sind fünf Minuten zu spät gekommen. Ihr Zug ist bereits abgefahren. Der nächste Zug nach Hamburg fährt in elf Minuten.
8. Wie lange hast du schon Vietnamesisch gelernt? Du sprichst es wirklich gut!

Lektion 31

GRAMMATIK

31.1. Vergleichssätze

31.1.1. Vergleichssätze mit Gleichsetzung werden nach den folgenden Formeln gebildet:
a) A *bằng* B
b) A E *bằng* B } bei einem Gradvergleich
c) A N *như* B
d) A E *như* B } bei einem Sachvergleich

31.1.2. *bằng* wird verwendet, wenn die zu vergleichenden Objekte (A,B) völlig gleichwertig a) oder in Bezug auf die zu bezeichnende Eigenschaft (E) auf den Grad genau gleich b) sind, *như*, wenn die Objekte (A,B) in Bezug auf einen bestimmten Sachverhalt (N) gleich c) oder in Bezug auf die zu bezeichnende Eigenschaft (E) ähnlich sind d_1), oder das eine (A) die zu bezeichnende Eigenschaft (E) besitzt, die durch das andere (B) versinnbildlicht wird d_2), z. B.

a) *Hiện nay một đồng Việt Nam bằng một đồng Đức (mã).*
„Im Augenblick ist ein vietnamesischer đồng gleich einer deutschen Mark."
b) *Phong cao bằng bố.*
„Phong ist gleich groß wie sein Vater."
c) *Tôi là sinh viên như anh.*
„Ich bin Student wie du."
d_1) *Phong chăm như Kim.*
„Phong ist so fleißig wie Kim."
d_2) *Chị ấy chậm như sên.*
„Sie ist so langsam wie eine Schnecke."

31.1.3. Die genannten Konstruktionen finden beim Vergleich von durch Komplemente des Grades (E_1) modifizierten Handlungen in folgender Weise Anwendung:
A V(O) E_1 *bằng* (bzw. *như*) B.
Beispiele:
Kim ăn cơm nhiều bằng tôi.
„Kim ißt genauso viel (Reis) wie ich."
Kim ăn không nhiều bằng Phong.
Oder: *Kim không ăn nhiều bằng Phong.*
„Kim ißt nicht genauso viel wie Phong."
Các chị ấy không nói chuyện lớn như các anh.
„Sie reden nicht so laut wie ihr."

Các chị ấy nói chuyện không lớn bằng các anh.
„Sie reden nicht genauso laut wie ihr."

31.1.4. Die genannten Konstruktionen können, sofern es sinnvoll ist, durch folgende ersetzt werden:

A và B *bằng nhau.*
A và B N *như nhau.*
A và B E *bằng/như nhau.*
A và B V(O) E_1 *bằng/như nhau.*

Beispiele:
Hiện nay đồng Việt Nam và đồng Đức (mà) bằng nhau.
„Im Augenblick sind ein vietnamesischer đồng und eine deutsche Mark gleichwertig."
Kim và Lan đi làm như nhau.
„Kim und Lan gehen beide arbeiten."
Vợ và chồng nhỏ như nhau.
„Die Frau und der Mann sind beide klein."
Phong và Kim cao bằng nhau.
„Phong und Kim sind beide gleich lang."
Lan và Kim chạy nhanh bằng/như nhau.
„Lan und Kim laufen beide gleich schnell."

31.2. Steigerungsadverbien

31.2.1. Komparativischer Sinn (Steigerung) wird durch *hơn* im Anschluß an das Adjektiv ausgedrückt, z. B. *đẹp* („schön"), *đẹp hơn* („schöner"). In Vergleichssätzen nimmt *hơn* entsprechend die Stellung von *bằng* (bzw. *như*) ein:
1) A E *hơn* B
2) A V(O) E_1 *hơn* B
Beispiele:
Minh cao hơn tất cả chúng tôi.
„Minh ist größer/länger als jeder von uns."
Chị ấy có nhiều sách hơn tôi.
„Sie hat mehr Bücher als ich."
Phong ăn ít hơn em.
„Phong ißt weniger als sein jüngerer Bruder."

31.2.2. Eine Steigerung in umgekehrter Richtung, eine Begriffsminderung, ermöglicht *kém*, das im Vergleichssatz dann die Stellung von *hơn* einnimmt: A E *hơn* B ⇔ B E *kém* A, z. B.
Tất cả chúng tôi giỏi kém Minh.
„Wir alle sind weniger begabt als Minh."

Trời hôm nay đẹp kém hôm qua.
„Das Wetter ist heute nicht so schön wie gestern."

31.2.3. Zu quantitativen Ergänzungen:
a) zum Ausdruck einer unbestimmten Menge werden oft *một ít* („etwas", „ein bißchen"), *nhiều* („viel") verwendet; sie werden gewöhnlich im Anschluß an die genannten Formeln verwendet.
b) eine zahlenmäßige Menge kann im Anschluß an die genannten Formeln oder unmittelbar hinter dem Prädikat verwendet werden, z. B.
Phong cao hơn tôi một ít. (Vgl. 26.1. *Phong cao cao hơn tôi.*)
„Phong ist etwas größer als ich."
Hồng đẹp kém Lan nhiều.
„Hồng ist längst nicht so hübsch wie Lan."
Anh ấy đến sớm hơn tôi năm phút.
Oder: *Anh ấy đến năm phút sớm hơn tôi.*
„Er kam fünf Minuten früher als ich."

31.2.4. Proportionale Steigerung wird durch die parallele Verwendung von *càng* ausgedrückt, z. B.
Chị ấy càng nói, tôi càng buồn.
„Je mehr sie sagte, desto trauriger war ich."
Nó càng lớn, càng dốt.
„Je größer er wird, um so dümmer wird er."

31.2.5. Superlativischer Sinn wird durch *hơn cả*, *hơn hết* oder *nhất* ausgedrückt, z. B. *đẹp hơn cả/hơn hết/nhất* „am schönsten".

31.2.6. Angaben zur Präzisierung des Vergleichsrahmens können sich unmittelbar an *nhất* oder mit Hilfe von *trong* an *hơn cả* (bzw. *hơn hết*) anschließen; „*trong* + Rahmenangabe" können auch am Satzanfang stehen, z. B.
Anh ấy cao nhất lớp.
Oder: *Trong lớp anh ấy cao nhất.*
„Er ist der Längste in der Klasse."/„In der Klasse ist er der Längste."
Trong các anh ai chạy nhanh hơn hết?
„Wer von euch rennt am schnellsten?"
Tiếng Việt Nam dễ hơn cả trong các tiếng Á Đông khác.
„Die vietnamesische Sprache ist die leichteste von allen anderen ostasiatischen Sprachen."
(Vgl. *Tiếng Việt Nam dễ hơn tất cả các tiếng Á Đông khác.*
„Die vietnamesische Sprache ist leichter als jede andere ostasiatische Sprache.")

ÜBUNG A

1. *Thưa ông, tôi muốn đổi tiền Việt Nam sang tiền Đức. Hiện nay một DM bằng bao nhiêu tiền Việt Nam?*
2. *Anh cao một thước sáu mươi lăm phân, tôi cao một thước sáu mươi lăm phân, chúng ta cao bằng nhau.*
3. *Tý chăm, em của Tý lười; hai anh em không như nhau.*
4. *Tý và em của Tý không chăm học như nhau.*
5. *Xe của anh ấy chậm như rùa. Từ nhà anh ấy đến đây (là) mười cây số, xe chạy hơn nửa giờ mới tới.*
6. *Đứa trẻ A nói: „Cái máy bay ấy nhanh như chớp. Tao vừa nghe tiếng, nhìn lên trời, không thấy nó nữa."*
7. *Đứa trẻ B nói: „Mày có biết không, ông ấy khỏe ghê lắm, khỏe như voi, đẩy một cái ngã ba người."*
8. *Ông ấy đẩy một cái, ba người ngã.*
9. *Chị ấy yếu như sên, chưa đi được nửa cây số đã mệt.*
10. *Trong mấy năm tôi ở Hamburg năm nay mùa hè nóng nhất, nóng khác thường.*
11. *Tiếng Việt dễ hơn cả (bzw. hơn hết) trong các tiếng Á Đông.*
12. *Tiếng Việt dễ hơn tất cả (bzw. hết cả) các tiếng Á Đông khác.*
13. *Mức sống ở Đức so với mức sống ở Việt Nam cao hơn nhiều.*
14. *Mức sống ở Đức cao hơn nhiều so với mức sống ở Việt Nam.*
15. *Mức sống ở Đức và (mức sống) ở Việt Nam khác nhau nhiều.*
16. *Bức tranh này đẹp tuyệt!*
17. *Chào chị, chị mạnh (khỏe) không?*
    —Cảm ơn anh, tôi khỏe (mạnh) như thường.
18. *Cái cửa ấy tự mở, anh không cần phải đẩy (nó).*
19. *Tôi có xe, sẽ tự đến. Anh không cần phải lại đón tôi.*
20. *Tôi muốn mời chị chiều hôm nay đi ăn tiệm, chị thích đi tiệm nào hơn: tiệm Pháp, tiệm Trung Hoa hay tiệm Việt Nam?*
    —Tôi thích đi ăn cơm Việt Nam nhất.
21. *Bây giờ ngoài đường nhiều xe lắm, tốt hơn chúng ta để xe ở nhà và lấy xe buýt đến tiệm ăn.*

VOKABELN

bằng	gleich	*càng*	um so mehr; *càng – càng* je mehr – desto mehr
bức	Kl für flache und quadratische oder viereckige Gegenstände (z.B. Gemälde, Vorhang, usw.)	*chớp*	Blitz
		đẩy	stoßen, schieben, drücken (z.B. Tür)

đón	abholen, empfangen		ähnlich; *như thường* wie
hết cả	(wie *tất cả*) alle, ganz		gewöhnlich, wie üblich
hơn cả	meist, höchst	phân	Zentimeter
hơn hết	meist, höchst	rùa	Schildkröte
khác	and(e)re; anders (als); *khác nhau* verschieden	sên	Schnecke
		so	vergleichen; *so với* im Vergleich zu, im Verhältnis zu
lấy	(einem Verb nachgestellt:) selbst (für sich)	tranh	Bild, Gemälde (Kl: *bức*)
mức	(Grenz-, Scheide-)Linie; Niveau, Standard	tuyệt	äußerst, ganz besonders (gut, schön)
ngã	um(hin-, nieder-)fallen, um(hin-, nieder-)stürzen	tự	selbst, von allein (aus eigener Kraft, aus eigener Initiative)
nhau	einander		
nhất	meist, höchst	voi	Elefant
như	(so) wie; *như nhau* gleich,		

ÜBUNG B (Lösung s. S. 183)

Übersetzen Sie ins Vietnamesische:

1. Ich bin im Januar geboren. In welchem Monat bist du geboren?
   —Ich bin auch im Januar geboren wie du.
2. Wer ist am größten in deiner Familie? Du vielleicht?
3. Gnädige Frau, ich weiß nicht genau, wann meine Mutter nach Hause kommen wird; es ist besser, Sie kommen morgen wieder.
4. Sind diese beiden Wagen gleich teuer?
   —Nein, der blaue ist fünfhundert đồng teurer als der rote.
5. Nehmen Sie deutsches Geld? Wieviel đồng sind gleich einer DM?
   —Mein Herr, im Augenblick ist der vietnamesische đồng höher als die DM.
6. Dieser Tisch ist ein bißchen zu groß. Können Sie mir einen anderen, kleineren geben?
7. Das Wetter ist heute ganz besonders schön. Weißt du, was ich jetzt am liebsten tun würde?
   —Jetzt sofort einmal schwimmen gehen, stimmt das?
8. Glaubst du nun, daß Vietnamesisch nicht schwerer als Französisch zu lernen ist? Ich habe es dir schon gleich am Anfang gesagt.
9. Ich habe an verschiedenen deutschen Universitäten studiert.
10. Je mehr ich lerne, desto mehr komme ich mir dumm vor.

Lektion 32

GRAMMATIK

32.1. Fragewörter als Indefinitpronomen

32.1.1. Die Fragewörter *ai, gì, nào* (in Verbindung mit Kl und/oder N), *đâu, bao giờ* können als singularische Indefinitpronomen verwendet werden (deutsch „(irgend-)wer", „(irgend-)etwas", „(irgend-)welche(-r, -s)", „(irgend-)wo(hin)", „(irgend-)wann" bzw. in der Verneinung „niemand", „nichts", „nirgends", „nirgendwann").

32.1.2. In dieser Bedeutung treten Interrogativpronomen am Satzanfang gewöhnlich nur hinter *có* – in der Bejahung –; in der Verneinung kann *có* wegfallen, z. B.
Có ai vừa bấm chuông.
„Es hat jemand geklingelt."
Không (có) ai muốn nói.
„Niemand will sprechen."
Có gì ở trên bàn!
„Irgendetwas liegt auf dem Tisch!"
Không (có) gì rẻ.
„Nichts ist billig."
Có ngày nào tôi sẽ đến thăm chị.
„Ich werde eines Tages dich besuchen."
Không (có) bao giờ tôi đến trễ.
„Ich kam niemals zu spät."

32.1.3. Treten Indefinitpronomen hinter dem Prädikat auf, so wird das Prädikat meist durch ein Adverb verstärkt bzw. modifiziert; die Verneinung erfolgt beim Prädikat, z. B.
Tôi có biết ai.
„Ich kenne jemanden."
Tôi cũng mua gì.
„Ich kaufe auch irgendetwas."
Mẹ tôi sắp đi đâu.
„Meine Mutter geht bald irgendwohin/weg."
Tôi không có quyển từ điển nào.
„Ich habe kein Wörterbuch."
Anh ấy chưa ở Việt Nam bao giờ.
„Er war noch nicht in Vietnam."

32.1.4. In dieser Bedeutung verwendet, haben die Interrogativpronomen ihre fragende Funktion bereits verloren. Stehen sie in Fragesätzen, dann müssen die üblichen Frageformen verwendet werden, z. B.
Chị (có) muốn mua gì không?
„Möchtest du irgendetwas kaufen?"
Chị không muốn mua gì à?
„Ach, willst du nichts kaufen?"
Có ai vừa bấm chuông, phải không?
„Es hat jemand gerade geklingelt, nicht wahr?"
Có bao giờ anh sẽ sang Việt Nam không?
„Wirst du irgendwann nach Vietnam fahren?"
Người bệnh không ăn được gì sao?
„Hat der Patient denn nichts essen können?"

32.2. Fragewörter als Universalpronomen

32.2.1. Interrogativpronomen können auch als pluralische Indefinitpronomen bzw. Universalpronomen verwendet werden. Es ist dann von jedem Element einer gesamten Menge die Rede.

32.2.2. In dieser Bedeutung treten Interrogativpronomen
a) gewöhnlich mit dem Adverb *cũng* zusammen auf, das vor dem Prädikat steht (deutsch z.B. „jeder", „alle", „überall" oder auch „[wer, was, wo, usw.] auch immer"),
und b) sie treten nur vor das Prädikat. Ist das Universalpronomen Objekt bzw. attributive Bestimmung des Objekts, so gilt die Wortstellung O + S + P oder S + O + P. Dies hat zur Folge, daß ein Satz wie „*Ông ấy ai cũng biết*" zweideutig ist: „Ihn kennt jeder" (*ai* als Subjekt: O + S + P) oder „Er kennt alle" (*ai* als Objekt: S + O + P); hier entscheidet der Kontext.
Beispiele:
Ai cũng muốn đi.
„Jeder will gehen."
Ở đây cái gì cũng đắt.
„Hier ist alles teuer."
Hôm nào trời cũng mưa.
„Jeden Tag regnet es."
Đâu nó cũng muốn đến.
„Er will überall hinkommen."
Ai anh ấy cũng biết.
„Er kennt alle."

32.2.3. Sind sowohl Subjekt als auch Objekt Universalpronomen, ist nur die Wortstellung S + P + O möglich, z.B.

Ở đây ai cũng biết ai.
„Hier kennt jeder jeden."

32.2.4. Die Verneinung erfolgt jeweils beim Prädikat, z. B.
Ai cũng không muốn đi. (Vgl. *Không ai muốn đi.*)
„Niemand will gehen."
Cuốn phim nào tôi cũng không muốn xem.
Oder: *Tôi cuốn phim nào cũng không muốn xem.* (Vgl. *Tôi không muốn xem cuốn phim nào.*)
„Welchen Film auch immer, ich will mir keinen ansehen."
Ở đây cái gì cũng không rẻ. (Vgl. *Ở đây không cái gì rẻ.*)
„(Was auch immer,) hier ist nichts billig."

32.2.5. Universalpronomen treten häufig in Proportionalsätzen des Typs „Interrogativpronomen im ersten Teilsatz und diesbezügliches Element und/oder Demonstrativpronomen im zweiten Teilsatz" auf; *cũng* wird nicht verwendet. Im Deutschen entsprechen ihnen folgende Konstruktionen:

ai – nấy	wer – (der) ...
gì – nấy	was – (das) ...
đâu – đấy	wo – (dort, da) ...
usw.	

Beispiele:
Anh mượn quyển sách nào, tôi không mượn quyển nấy.
„Das Buch, das du leihst, leihe ich nicht."
Ai mời anh, nấy mời tôi.
„Wer dich einlädt, der lädt auch mich ein."
Mẹ đứng đâu, Tý đứng đấy.
„Wo die Mutter steht, da steht auch Tý."
Gì đẹp, nấy đắt.
„Was schön ist, ist auch teuer."

32.2.6. Das diesbezügliche Element und/oder Demonstrativpronomen im zweiten Teilsatz kann auch wegfallen; in diesem Fall ist *cũng* erforderlich, z. B.
Ai mời tôi, cũng mời anh.
„Wer mich einlädt, der lädt auch dich ein."
Chị đi đâu, tôi cũng đi.
„Wohin du gehst, dorthin gehe ich auch."
Gì đẹp, cũng đắt.
„Was schön ist, ist auch teuer."
Bao giờ anh về, tôi cũng về.
„Wenn du nach Hause gehst, dann gehe auch ich nach Hause."

ÜBUNG A

1. Có ai muốn mượn từ điển tiếng Việt không?
   – Ai cũng muốn mượn.
2. Có sinh viên nào đã học ở Việt Nam chưa?
   – Chưa (có) sinh viên nào đã học ở Việt Nam.
3. Có đồ chơi nào nó không muốn mua không?
   – Không (có) đồ chơi nào nó không muốn mua.
4. Có bao giờ chị đến trễ không?
   – Bao giờ tôi cũng đến sớm hoặc đúng giờ.
5. Không ai có tờ báo tiếng Việt nào ở đây, phải không?
   – Tất cả mọi người đều không có báo tiếng Việt ở đây.
6. Ở đâu có lửa?
   – Đâu có khói, đó có lửa.
7. Cửa đóng; tôi không có chìa khóa, làm sao vào được?
   – Tôi không có chìa khóa, không thể nào vào được.
8. Ở ngã tư trước thư viện vừa có tai nạn xe hơi; xe buýt và xe tắc xi đụng nhau.
9. Hành khách có ai bị thương không?
   – Chẳng ai bị thương cả.
10. Mẹ đi đâu, Tý đi đấy.
11. Mẹ không đi đâu, Tý cũng không đi đâu.
12. Hôm nào tôi đến, hôm ấy anh ta bận.
13. Hôm nào tôi đến, hôm nấy anh ấy bận.
14. Có cái gì nó làm nổi chăng?
    – Nó ngu như bò, không có cái gì làm nổi cả.
15. Đôi giầy này vừa, tôi lấy đôi này.
16. Đôi nào vừa, tôi lấy đôi nấy.
17. Ai muốn gặp ai?
    – Chẳng ai muốn gặp ai.
18. Chị biết tai nạn xẩy ra bao giờ à?
19. Chị biết bao giờ xẩy ra tai nạn à?
    – Tôi làm gì biết được.

VOKABELN

bò	Ochse, Rind	đúng giờ	pünktlich
cả	Finalpartikel zur Betonung der Gesamtheit	đụng	zusammenprallen, zusammenstoßen (z. B. Auto)
chẳng	nicht (stärker als *không*)	hành khách	Fahrgast
chìa khóa	Schlüssel	khói	Rauch
đôi	Paar		

làm gì	(Verneinungskonstruktion:) woher sollen ...	*vừa*	passen, sitzen (z.B. Kleid, Schuh)
làm sao	wie; warum, weshalb	*vừa ý*	gefallen; zufrieden(gestellt) mit
nấy	jene(-r, -s)		
ngã tư	(Straßen)Kreuzung	*xảy ra*	geschehen, passieren
ngu	dumm	*xe hơi*	(Fahrzeug – Dampf:) Auto(mobil), Kraftfahrzeug
nổi	können (Komplement der Möglichkeit)		

ÜBUNG B (Lösung s. S. 183)

Übersetzen Sie ins Vietnamesische:

1. Geht jemand heute mittag mit mir in die Mensa essen?
   −Wer auch immer geht, ich gehe heute nicht.
2. Kannst du für mich irgendetwas tun?
   −Was auch immer du möchtest, ich helfe dir.
3. Wohin fährst du dieses Jahr in die Sommerferien?
   −Ich fahre dorthin, wo meine Familie hinfährt. Meine Eltern wissen (aber) noch nicht, ob wir irgendwohin fahren werden.
4. Kann es aus irgendeinem Grund sein, daß du morgen abend nicht kommen wirst?
   −Nein, ich komme auf jeden Fall.
5. Warst du irgendwann im vergangenen Jahr krank?
   −Nein, ich war im vergangenen Jahr überhaupt nicht krank.
6. Mein Wagen ist sehr billig; kaufst du ihn?
   −Wie billig dein Wagen auch immer ist, ich kaufe ihn nicht; er ist so langsam wie eine Schnecke.

Lektion 33

GRAMMATIK

33.1. Die Verneinung mit Fragewort

33.1.1. Die Fragewörter *đâu, nào* können als Negationswörter vor dem Prädikat verwendet werden, sofern die Aussage einen rhetorischen Sinn beinhalten soll. Das Subjekt muß ein bestimmtes Nomen sein; „Kl + N" gilt in diesem Zusammenhang nicht als bestimmtes Nomen. Hat das Prädikat ein sogenanntes vorangestelltes Objekt, so ist nur die Wortstellung O + S + P möglich.
Beispiele:
Cái bàn này đâu/nào đẹp.
„Dieser Tisch ist (doch) nicht schön."
Chị ấy đâu/nào bệnh.
„Sie ist (doch) nicht krank."
Ở đó đâu/nào có ai.
„Dort ist (doch) niemand."
Tôi đâu/nào muốn mua cái xe ấy.
Oder: *Cái xe ấy tôi đâu/nào muốn mua.*
„Ich will jenen Wagen (doch) nicht kaufen."/„Jenen Wagen will ich (doch) nicht kaufen."

33.1.2. In der gleichen Bedeutung sowie unter der gleichen Bedingung kann *đâu* auch an das Satzende oder an den Satzanfang treten; dabei wird das Prädikat meist durch *có* betont, z.B.
Cái bàn này có đẹp đâu.
Oder: *Đâu cái bàn này có đẹp.*
„Dieser Tisch ist überhaupt nicht schön."
Chị ấy có bệnh đâu.
Oder: *Đâu chị ấy có bệnh.*
„Sie ist überhaupt nicht krank."
Tôi có muốn mua cái xe ấy đâu.
Oder: *Đâu tôi có muốn mua cái xe ấy.*
Oder: *Cái xe ấy tôi có muốn mua đâu.*
Oder: *Đâu cái xe ấy tôi có muốn mua.*
„Ich will diesen Wagen überhaupt nicht kaufen."

33.1.3. Ein bereits durch ein Negationswort bzw. eine Negationskonstruktion erfolgter verneinter Aussagesatz kann durch Anhängen der Finalpartikel *đâu* noch

nachdrücklich betont werden; *đâu* entspricht einem „bestimmt" im Deutschen, z. B.
Tôi không mua cái xe ấy của anh đâu.
„Ich kaufe bestimmt nicht jenen Wagen von dir."
Chị ấy hôm nay còn bệnh, chưa đi học đâu.
„Sie ist heute noch krank; sie geht bestimmt noch nicht zum Unterricht."
Ở đó nào có ai đâu.
„Dort ist bestimmt niemand."

33.1.4. Apparente (scheinbare) Fragesätze mit Fragewörtern gelten als verneinende Aussagesätze, z. B.
Ai bệnh!
„Niemand ist krank." Oder auch: „Wer ist denn krank?"
Tý biết gì!
„Tý weiß nichts." Oder auch: „Was weiß Tý denn?"
Tôi gọi anh bao giờ!
„Ich habe dich überhaupt nicht gerufen." Oder auch: „Wann habe ich dich denn gerufen?"
Tiếng Việt khó gì!
„Die vietnamesische Sprache ist überhaupt nicht schwer."

33.1.5. Die Konstruktion „Adj + *gì*" kann auch an den Satzanfang gestellt werden, sofern das Adjektiv prädikativ verwendet wird, z. B.
Tiếng Việt khó gì! Oder auch: *Khó gì tiếng Việt!* (s. oben)
Cuốn phim ấy hay gì! Oder auch: *Hay gì cuốn phim ấy!*
„Der/Jener Film ist überhaupt nicht interessant."
Jedoch nur:
Nó chạy nhanh gì!
„Er läuft überhaupt nicht schnell."

33.2. Die Partikel *thì*

33.2.1. Die Partikel *thì* kann verwendet werden, um Subjekte, Objekte sowie adverbiale Bestimmungen der Zeit hervorzuheben.

33.2.2. Voraussetzung ist, daß der betreffende Satzteil am Satzanfang steht bzw. an den Satzanfang gestellt wird; *thì* steht dahinter.

33.2.3. Die Verwendung von *thì* zur Betonung von singularischen Indefinitpronomen ist nicht üblich (z. B. *Có ai thì bấm chuông.* → ∅).

33.2.4. Ein durch *thì* hervorgehobenes Subjekt, das aus einem Personalpronomen besteht, kann an seiner eigentlichen Stelle wiederaufgenommen werden; ein anderes hervorgehobenes Subjekt kann sich dort als Wiederholung durch ein Personalpronomen vertreten lassen (deutsch etwa „ was ... anbetrifft, so ...").

Beispiele:
Tôi thì (tôi) không biết ông ấy.
„Was mich anbetrifft, so kenne ich ihn nicht."
Vợ anh ấy thì hôm nay (chị ta) không đi làm.
„Was seine Frau anbetrifft, so geht sie heute nicht arbeiten."
Quyển sách này thì tôi không mua.
„Dieses Buch kaufe ich nicht."
Phim dở thì tôi không xem.
„Einen uninteressanten Film sehe ich mir nicht an."
Lúc bảy giờ sáng hôm nay thì tôi còn ở nhà.
„Um sieben Uhr heute morgen war ich noch zu Hause."
Ai thì anh ấy cũng phê bình.
„Alle kritisiert er."

32.2.5. *thì* kann auch verwendet werden, um bei Konstruktionen mit zwei aufeinanderfolgenden Teilsätzen, wie z.B. bei den Proportionalsätzen mit Universalpronomen, den zweiten Teilsatz betont einzuleiten, z.B.
Ai mời anh thì nấy mời tôi.
Oder: *Ai mời anh thì cũng mời tôi.*
„Wer dich einlädt, der lädt auch mich ein."
Mẹ đi đâu thì con đi đấy.
Oder: *Mẹ đi đâu thì con cũng đi.*
„Wo die Mutter hingeht, dort geht auch das Kind hin."

33.2.6. *thì* kann auch verwendet werden, um einen Erklärungssatz betont einzuleiten. In diesem Zusammenhang kann *là* (statt *rằng*) verwendet werden, um eine Subjekt-Prädikat-Konstruktion als Objekt (vgl. 9.1.2.) anzuzeigen, z.B.
Thì tôi đã nói (là/rằng) tôi không đi.
„Ich habe doch gesagt, daß ich nicht gehe."
Thì tôi đâu biết!
„Ich wußte es doch nicht!"

33.2.7. Die Konstruktion „Kl + *thì* ..., Kl + *thì*" entspricht im Deutschen etwa „[die, der, das] eine/n ..., [die, der, das] andere/n" bzw. „mal ..., mal ...", z.B.
Hai đứa con của ông ấy, đứa thì ở Pháp, đứa thì ở Đức, không có đứa nào ở nhà cả.
„Von seinen zwei Kindern ist das eine in Frankreich, das andere in Deutschland, keines ist zu Hause."
Kẻ (thì) khóc, người (thì) cười.
Oder: *Người thì khóc, người thì cười.*
„Die einen weinen, die anderen lachen."
Ngày thì anh ấy đến trễ, ngày thì anh ấy không đến.
„An einem Tag kommt er zu spät, an einem anderen kommt er (überhaupt) nicht."

33.2.8. Die Konstruktion „*còn ... (thì)*" kann bei einer Aufzählung bzw. einer Gegenüberstellung verwendet werden, um die letztgenannte Person oder Sache (besonders) hervorzuheben; *còn* steht am Anfang des letzten Satzes, der auch ein Fragesatz sein kann; die Konstruktion entspricht im Deutschen „und (was ... noch anbetrifft, so ...)", z.B.

Bố tôi thì đi làm, mẹ tôi thì đi chợ, còn tôi thì đi học.
„Mein Vater geht arbeiten, meine Mutter geht zum Markt, und ich gehe zum Unterricht."
Cảm ơn ông, tôi mạnh. Còn ông (thì) thế nào?
„Danke, mir geht es gut. Und wie ist es mit Ihnen?"
Cái xe này của anh, còn cái xe này đây (thì) của ai?
„Dieser Wagen gehört dir. Und wem gehört dieser hier?"

ÜBUNG A

1. *Ai nói Việt Nam muốn chiến tranh? Việt Nam đâu muốn chiến tranh. Việt Nam có muốn chiến tranh đâu?*
2. *Ai không muốn hòa bình, độc lập, tự do?*
3. *Tất cả chúng ta đều muốn hòa bình.*
4. *Tôi thì làm gì có nhiều tiền! Tôi có nhiều tiền đâu?*
5. *Xin các anh đừng đợi tôi. Hôm nay thì tôi không đi xem phim đâu.*
6. *Lúc mười hai giờ trưa hôm qua chị đang ở đâu?*
   – Lúc ấy thì tôi còn đang đọc sách ở thư viện.
7. *Các con ông ấy có đứa nào ở nhà không?*
   – Chẳng có đứa nào ở nhà cả, đứa thì đã lập gia đình, đứa thì du học ở nước ngoài, còn đứa con trai sau cùng thì mất rồi.
8. *Quê chị ở đâu?*
   – Quê tôi là làng Bưởi, ngoại ô Hà nội.
9. *Tôi quê ở làng Bưởi, ngoại ô Hà nội.*
10. *Con muốn gọi món gì?*
    – Thưa mẹ, con không quen. Mẹ gọi món gì thì con gọi món nấy.
11. *Ba em có (ở) nhà không?*
    – Dạ không, ba em đi vắng.
12. *Tại sao ở ngã tư trước thư viện đông người thế?*
    – Ở đó vừa xảy ra một tai nạn xe hơi.
13. *Cảnh binh có mặt tại chỗ chưa?*
    – Có, cảnh binh và bác sĩ vừa đến.
14. *Cái bàn này bằng gì?*
    – Cái bàn này (hoàn) toàn bằng gỗ.
15. *Cái bàn này làm (hoàn) toàn bằng gỗ.*
16. *Anh ấy nói toàn những chuyện đâu đâu.*

Lektion · Bài 33

17. Những người ấy muốn người ta đi theo họ.
18. Thưa thầy, bao giờ thì thi miệng?
    —Anh có thể thi cuối kỳ học này hoặc đầu kỳ học tới.

VOKABELN

bằng	aus; *(làm) bằng* (hergestellt) aus	*hòa bình*	Friede(n); friedlich
		hoàn toàn	vollkommen, vollständig; völlig, gänzlich
buởi	Pampelmuse	*kẻ*	Person, Individuum
cảnh binh	Polizei	*là*	objektive Satzpartikel; daß
chiến tranh	Krieg	*làm gì*	woher, wozu
có mặt	anwesend	*làng*	Dorf
có nhà	zu Hause sein	*nào*	Negationswort
còn ... (thì)	und (was ... noch anbetrifft, so ...)	*ngoại ô*	Vorstadt
đâu	Negationswort; Finalpartikel	*quê*	Heimatdorf, Geburtsort; *quê ở* stammen aus
đâu đâu	grundlos, ohne Zusammenhang	*thì*	Satzbetonungspartikel
độc lập	Unabhängigkeit; unabhängig, selbständig, autonom	*toàn*	ganz, vollständig, vollkommen; *toàn những* nur
đông	zahlreich, viel (nur bei Lebewesen)	*tự do*	Freiheit; frei
		vắng	menschenleer; *đi vắng* nicht zu Hause sein; *vắng mặt* abwesend
gỗ	Holz		
họ	die Leute; sie		

ÜBUNG B (Lösung s. S. 184)

Übersetzen Sie ins Vietnamesische (unter Verwendung der Partikel thì zur Betonung der unterstrichenen Satzteile):

1. Ihr jüngster Sohn ist auch schon zwanzig Jahre alt.
2. An welchem Wochentag hast du Vietnamesisch-Unterricht?
3. Wie billig dein Wagen auch immer ist, ich kaufe ihn nicht.
4. Wie lange kannst du warten, eine halbe Stunde oder länger?
5. Wo du auch hingehst, ich gehe nicht mit.
6. Was ich auch tue, er ist überhaupt nicht damit zufrieden.
7. Was ist dir lieber, ins Kino oder ins Theater zu gehen?
8. Nach wieviel Semestern können wir vietnamesische Zeitungen lesen?
9. Niemand ißt; der eine hat keinen Hunger, der andere hat keine Zeit.
10. Wieviel ist viel? Wieviel ist viel?

Lektion 34

GRAMMATIK

34.1. Die Konjunktionen *nhưng* und *mà*

34.1.1. *nhưng* bzw. *mà* kann verwendet werden, um Widersprüchliches, Gegensätzliches zu verknüpfen, wobei *mà* einen stärkeren Akzent setzt, z. B.
Ông ấy đến, nhưng bà ấy không đến.
„Er kommt, aber sie (kommt) nicht."
Anh ấy là người Việt mà không biết nói tiếng Việt.
Oder: *Là người Việt mà anh ấy không biết nói tiếng Việt.*
  „Er ist Vietnamese, kann jedoch Vietnamesisch nicht sprechen."

34.1.2. Darüberhinaus bestehen folgende Unterschiede bei ihrer Verwendung:
a) *nhưng* schließt etwas einem anderen an, für welches eine Einschränkung gelten soll, z. B. *Trời đẹp nhưng lạnh.*
b) *mà* schließt etwas einem anderen an, für welches 1) die Berichtigung, 2) die gleiche Negation oder 3) die gleiche Position gelten soll. Folgende Konstruktionen entsprechen ihnen im Deutschen:
  b₁) *không – mà*   nicht – sondern
  b₂) *không – mà cũng không*   weder – noch
  b₃) *không những – mà còn*   nicht nur – sondern auch

34.1.3. Bei der Konstruktion b₃) kann jeweils *những* durch *chỉ*, und *mà* durch *lại*, ersetzt werden.
Beispiele:
Trời không mưa mà nắng.
„Das Wetter ist nicht regnerisch, sondern sonnig."
Trời không mưa mà cũng không nắng.
„Das Wetter ist weder regnerisch noch sonnig."
Trời không những/chỉ nắng mà/lại còn nóng (nữa).
„Das Wetter ist nicht nur sonnig, sondern auch noch heiß."

34.2. Die Partikel *mà*

34.2.1. *mà* kann als rhetorische Partikel zur Betonung von Satzteilen (vgl. 33.2.1.–33.2.2.) bei Fragekonstruktionen mit Interrogativpronomen und/oder mit Finalpartikel verwendet werden; *mà* entspricht hier einem „denn" im Deutschen; in diesem Sinne kann, sofern es sinnvoll ist, *lại* vor dem Prädikat, anstatt der Partikel *mà*, verwendet werden, z. B.

Ai mà/lại muốn chiến tranh?
„Wer will denn den Krieg?"
Tại sao mà anh mắng đứa trẻ?
„Warum schimpfst du denn mit dem Kind?"
Đồ chơi nào mà nó chẳng muốn mua?
Oder auch: *Đồ chơi nào nó lại chẳng muốn mua?*
„Welches Spielzeug will es denn nicht kaufen?"
Bức tranh ấy mà/lại không bán được à?
„Konnte dieses Bild denn nicht an den Mann gebracht werden?"

34.2.2. Die Konstruktion vor *mà* kann auch ein (Teil-)Fragesatz sein, in dem ein Interrogativpronomen steht, z.B.
Cái xe của anh rẻ bao nhiêu mà tôi muốn mua?
„Wie billig ist dein Wagen denn, so daß ich ihn kaufen will?"
(Vgl. *Cái xe của tôi rẻ bao nhiêu thì anh mua?*)
„Wie billig soll mein Wagen denn sein, damit du ihn kaufst?"

34.2.3. Ein Aussagesatz kann durch Anhängen der Partikel *mà* verstärkt zum Ausdruck bringen, daß der Sachverhalt bekannt bzw. offensichtlich ist; *mà* entspricht einem deutschen „doch", z.B.
Tôi đã nói (rằng) tôi không đi mà.
„Ich habe doch gesagt, daß ich nicht gehe."
Tại sao hôm qua chị không đi học? – Tôi bệnh mà.
„Warum kamst du gestern nicht zum Unterricht?" – „Ich war doch krank."

34.3. Verwendungsmöglichkeiten von *chứ*

34.3.1. In Aussagen können Gegensätze, welche sich ausschließen, nur durch *chứ* verbunden werden; die Konstruktion hinter *chứ* ist stets eine verneinte (deutsch entsprechend „und (nicht)"), z.B.
Hôm nay trời ấm hay lạnh? – Hôm nay trời ấm chứ không lạnh.
„Ist es heute warm oder kalt?" – „Heute ist es warm, und nicht kalt."
Phong là người Việt chứ không phải là người Trung Hoa.
„Phong ist ein Vietnamese und kein Chinese."
Anh ấy đi làm rồi chứ không còn đi học nữa.
„Er arbeitet schon und studiert nicht mehr."

34.3.2. Eine Antwort kann durch Anhängen einer Gegenfrage mit der Konstruktion „*chứ* (+ P) + Interrogativpronomen" (deutsch etwa „[wer, was, wo(hin), wann, usw.] sonst") verstärkt im Sinne einer Selbstverständlichkeit gebildet werden, z.B.
Tôi là người Việt chứ là người gì.
„Ich bin Vietnamese, was denn sonst?"

Hôm nay thứ hai, tôi đi học chứ đi đâu.
„Heute ist Montag, ich gehe lernen, was sonst?"
Chị ấy xinh nhất lớp chứ ai.
„Sie ist die hübscheste in der Klasse, wer sonst?"

34.3.3. Eine Frage sowie eine Antwort kann durch Anhängen der Finalpartikel *chứ* verstärkt den Sinn zum Ausdruck bringen, daß das Gegenteilige bzw. das Behauptete nicht richtig ist; die Konstruktion entspricht einem „doch" im Deutschen, z. B.

Bây giờ là một giờ rưỡi rồi, chúng ta đi ăn cơm chứ?
„Jetzt ist es schon halb zwei; gehen wir doch mittag essen?"
Chị là người Pháp, phải không? – Tôi là người Đức chứ.
„Du bist Französin, nicht wahr?" – „Ich bin doch Deutsche."
(Die Tiefenstruktur dieses Satzes ist beispielsweise: *Tôi là người Đức chứ (tôi) không phải là người Pháp.*)
Hôm nay anh không đi học sao? – Có chứ.
„Gehst du denn heute nicht zum Unterricht?" – „(Ja) doch."

ÜBUNG A

1. *Ba má em có nhà không?*
   –Dạ má em có nhà, còn ba em đi vắng.
2. *Dạ má em có nhà, nhưng ba em đi vắng.*
3. *Ông ấy không có của nhưng có lòng.*
4. *Ông ấy rất giầu nhưng cũng rất hà tiện.*
5. *Ông ấy giầu nhưng không giầu lắm.*
6. *Chị ấy đã nghèo mà ai cần tiền chị ấy cũng giúp.*
7. *Tiếng Việt không khó mà dễ.*
8. *Tiếng Việt dễ chứ không khó.*
9. *Tiếng Việt dễ nhưng không dễ lắm.*
10. *Đứa trẻ này chắc lại thông minh như bố nó.*
11. *Nó đã ăn rồi lại còn muốn ăn nữa.*
12. *Ở đây mực sống không cao hơn mà cũng không thấp hơn ở đó.*
13. *(Có) ai mà không phải chết (không)?*
14. *Ai thì cũng phải chết.*
15. *Cái phim buồn ngủ ấy mà anh lấy làm hay sao?*
16. *Cái phim dở chết ấy mà anh cho (rằng/là) hay sao?*
17. *Chúng không chỉ cướp của mà còn đốt nhà (nữa).*
18. *Chẳng những chúng cướp của mà còn đốt nhà (nữa).*
19. *Tại sao tối thế mà anh không bật đèn lên?*
    –Đèn hỏng rồi mà. Anh có thể chữa cho tôi được không?

20. Đèn có hỏng đâu, thiếu bóng chứ.
21. Tôi cần mua một quyển sách nhưng mà thiếu vài đồng; chị có thể cho tôi vay được không?
22. Ông là người Trung Hoa, phải không?
 — Tôi là người Nhật chứ.
23. Anh tắt đèn đi chứ? Không có ai làm việc trong phòng mà.
24. Chị đi đâu bây giờ?
 — Bây giờ (là) tám giờ tối rồi, tôi về nhà chứ đi đâu.

VOKABELN

bật	(heraus)springen; *bật đèn (điện)* elektrisches Licht einschalten	lại	auch; Adverb des Widerspruchs: denn (aber)
bóng đèn	Lampenglocke; *bóng đèn (điện)* Glühbirne	lấy làm	halten für, betrachten als, meinen
cho	denken, meinen, glauben	lòng	Herz, Gefühl; *có lòng* gütig, wohlwollend
chứ	*chứ (không)* und (nicht); *chứ (gì)* (was) sonst; Finalpartikel: doch	mà	aber, jedoch, sondern; (Finalpartikel:) doch; (rhetorische Partikel:) denn, und sollen; *không – mà cũng không* weder – noch
chữa	ausbessern, reparieren		
của	Vermögen, Besitz, Reichtum; *có của* reich, wohlhabend, vermögend	Nhật (Bản)	Japan; japanisch
		nhưng	aber, jedoch
cướp	rauben	tắt	ausgehen, erlöschen (z.B. Feuer, Licht); *tắt đèn* das Licht löschen (ausschalten, ausmachen)
đèn	Lampe; *đèn điện* elektrisches Licht		
đốt	anzünden, in Brand stecken		
giầu	reich	thấp	niedrig, klein
hà tiện	geizig	thiếu	fehlen, fehlen an
hỏng	kaputt (z.B. Maschine); mißlingen (z.B. Angelegenheit)	thông minh	intelligent

ÜBUNG B (Lösung s. S. 184)

Übersetzen Sie ins Vietnamesische:

1. Er redet nicht viel, aber er tut sehr viel; er wird das auf jeden Fall für dich tun.
2. Sie ist eine Japanerin, aber sie hat noch niemals länger als einen Monat in Japan gelebt.

3. Ich habe weder Hunger noch Zeit, essen zu gehen. Ihr sollt nicht auf mich warten!
4. Seine Firma ist keine französische, sondern eine deutsche.
5. Meinst du, daß die Bibliothek heute nachmittag auf hat? Heute ist doch Samstag; seit wann hat die Bibliothek denn samstags auf?
6. An diesem Sonntag feiere ich meinen Geburtstag. Du kommst, nicht wahr?
7. Das Kind ist nicht nur begabt, sondern auch noch fleißig.
8. Wann kommt er denn einmal überhaupt nicht zu spät? Er kommt doch jedesmal zu spät.
9. Dein Wagen ist so langsam wie eine Schnecke, und ich soll ihn kaufen?

Lektion 35

GRAMMATIK

35.1. Die Unterordnung von Sätzen

35.1.1. Sätze, die aufeinander folgen und in einer bestimmten situativen Beziehung zueinander stehen, können einander durch Konjunktionen untergeordnet werden.

35.1.2. Der untergeordnete (subordinierte) Satz gilt als Momentbestimmung des Hauptsatzgeschehens.

35.1.3. Folgende Regeln gelten im allgemeinen bei der Unterordnung:
a) Am Anfang des subordinierten Satzes steht meist eine Konjunktion;
b) Der subordinierte Satz kann vor oder hinter dem Hauptsatz stehen;
c) Steht der Hauptsatz hinter dem subordinierten Satz, so kann er durch eine Konjunktion eingeleitet werden;
d) Handelt es sich im Haupt- und im subordinierten Satz um ein- und dasselbe Subjekt, so braucht es nur im Hauptsatz aufzutreten, egal ob der Hauptsatz vor oder hinter dem subordinierten Satz steht.

35.2. Subordinierende Konjunktionen

Temporalsätze:

35.2.1. Der subordinierte Satz, welcher die Zeit des Hauptsatzgeschehens nennt, wird durch u. a. *khi* oder *lúc* eingeleitet.

35.2.2. Steht der Hauptsatz hinter dem subordinierten Satz, so kann er durch *thì* eingeleitet werden.

35.2.3. Bei Erzählungen fällt oft *khi* (bzw. *lúc*) weg, wobei a) der subordinierte Satz vor dem Hauptsatz steht und b) *thì* nicht zur Einleitung des Hauptsatzes verwendet wird.
Beispiele:
(Đang) lúc tôi ở Việt Nam (thì) anh tôi ở Đức.
„Als ich in Vietnam war, war mein älterer Bruder in Deutschland."
Chúng tôi phải làm việc trong khi các anh ấy được đi nghỉ.
„Wir müssen arbeiten, während sie Urlaub machen dürfen."
Thấy mẹ về, đứa trẻ mừng hết sức.
„Als das Kind die Mutter nach Hause kommen sah, freute es sich riesig."

Konditionalsätze:

35.2.4. Der subordinierte Satz, welcher die Bedingung für das Hauptsatzgeschehen nennt, wird durch *nếu* bzw. *hễ* eingeleitet.

35.2.5. Steht der Hauptsatz hinter dem subordinierten Satz, so kann er durch *thì* oder *là* eingeleitet werden, wobei *là* ein unausweichliches Moment einschließt.

35.2.6. Im Fall der Verwendung von *thì* bzw. *là* kann *nếu* bzw. *hễ* wegfallen, sofern die Sprechsituation eindeutig ist.

35.2.7. *có* und *mà* können auch als Partikeln der Bedingung verwendet werden, wobei *có* bzw. *mà* hinter einem Subjekt und der subordinierte Satz vor dem Hauptsatz stehen.

Beispiele:
Nếu anh không ăn (thì) tôi cũng không ăn.
„Wenn du nicht ißt, (dann) esse ich auch nicht."
Tôi làm việc ấy cho anh nếu anh muốn.
„Ich mache jene Arbeit für dich, wenn du es willst."
Hễ mẹ đi đâu (là) Tý đi đấy.
„Immer wenn die Mutter irgendwohin geht, geht Tý mit."
Anh có ra phố (thì) mua giùm tôi một tờ báo.
„Wenn du zu den Geschäften gehst, kauf bitte für mich eine Zeitung."
Chị mà không đến (thì) chúng tôi rất buồn.
„Wenn du nicht kommst, sind wir sehr traurig."
Anh không đi à? Nếu thế thì tôi cũng không đi.
„Ach, gehst du nicht? Wenn es so ist, dann gehe ich auch nicht."
Thế thì tôi cũng không đi.
„Also dann gehe ich auch nicht."

Kausalsätze:

35.2.8. Der subordinierte Satz, welcher den Grund bzw. die Ursache des Hauptsatzgeschehens nennt, steht zumeist vor dem Hauptsatz und wird durch *vì*, *tại* oder *bởi* (bzw. *bởi vì*, *tại vì*) eingeleitet.

35.2.9. Steht der subordinierte Satz hinter dem Hauptsatz, so kann er noch zusätzlich durch *là* eingeleitet werden; *là* steht vor *bởi*, *tại*, *vì*, usw.

Beispiele:
Vì hay đến trễ, anh ấy bị thầy giáo phê bình.
„Weil er oft zu spät kam, wurde er vom Lehrer kritisiert."
Tôi chưa mua từ điển (là) tại vì tôi chưa có tiền mà cũng chưa có thì giờ.
„Ich habe noch kein Wörterbuch gekauft, weil ich noch kein Geld und außerdem auch noch keine Zeit hatte."

Konsekutivsätze:

35.2.10. Konsekutivsätze, welche die Folge des davorstehenden Hauptsatzgeschehens nennen, werden durch *vì thế* oder *nên* bzw. *cho nên* oder, sofern es sich um eine natürliche Folge handelt, durch *mà* eingeleitet. Oft wird die Konstruktion „*vì* ... *nên* ..." verwendet.

Anh ấy không mời tôi vì thế/cho nên tôi không đến.
„Er hat mich nicht eingeladen, deshalb komme ich nicht."
Đứa trẻ bệnh mà chết.
„Das Kind war so krank, daß es starb."
Vì chưa có tiền nên tôi chưa mua từ điển.
„Da ich noch kein Geld habe, habe ich noch kein Wörterbuch gekauft."

Konzessivsätze:

35.2.11. Der subordinierte Satz nennt den „unzureichenden" Grund bzw. die „irrelevante" Möglichkeit, welche/r der/die nicht geeignet oder wirksam genug ist, das Hauptsatzgeschehen zu beeinflussen. Er wird durch u. a. a) *tuy* oder b) *dầu* eingeleitet.

35.2.12. Steht der Hauptsatz hinter dem subordinierten Satz, so steht a) meist *cũng* oder *vẫn* im Hauptsatz, und kann b) der Hauptsatz im Verwendungsfall von *tuy* durch *nhưng* oder *mà* (vgl. 34.1.1.–34.1.2.), und im Verwendungsfall von *dầu* durch *thì* eingeleitet werden.
Beispiele:
Tuy cơm không ngon lắm, (nhưng) tôi cũng ăn nhiều.
„Obwohl der Reis nicht sehr gut schmeckt, habe ich dennoch viel gegessen."
Chiều mai tôi sẽ đến thăm anh, dầu trời (có) mưa.
„Morgen nachmittag werde ich dich besuchen, auch wenn es regnet."
Dầu (có) phải chết, tôi cũng không sợ.
„Selbst wenn ich sterben muß, fürchte ich mich nicht (davor)."

35.2.13. Das konzessive Moment kann auch im darauffolgenden Geschehen zum Ausdruck gebracht werden; in diesem Fall werden Konzessivsätze durch *tuy thế* bzw. *dầu thế* (deutsch „trotzdem") eingeleitet.
Cơm không ngon lắm, tuy thế tôi đã ăn rất nhiều.
„Der Reis schmeckt zwar nicht sehr gut, trotzdem habe ich sehr viel gegessen."
Trời mưa lớn ghê, dầu thế anh ấy vẫn cứ đi.
„Es regnet fürchterlich, trotzdem geht er weiter."
Ông ấy làm việc nhiều đến sợ mà vẫn không giàu.
„Er schuftete, ohne daß er reich geworden ist."

Finalsätze:

35.2.14. Der subordinierte Satz, welcher das Ziel bzw. den Zweck des Hauptsatzgeschehens nennt, steht gewöhnlich hinter dem Hauptsatz und wird durch *để*, *cho* oder *mà* eingeleitet, und zwar

a) durch *để*, wenn es sich dabei um ein Hauptziel handelt,

b) durch *cho*, wenn es sich um einen Nebenzweck oder um eine beabsichtigte Wirkung handelt, was meist ein konsekutives Moment einschließt, und

c) durch *mà*, wenn ein Imperativ vorangeht.

Beispiele:

Tôi mua từ điển để học tiếng Việt.
„Ich kaufe ein Wörterbuch, um die vietnamesische Sprache zu lernen."
Anh ấy mua xe hơi để đi làm cho dễ chịu hơn.
„Er kauft einen Wagen, um zur Arbeit zu fahren, so daß es bequemer ist."
Con lấy bánh mà ăn.
„Hole Kuchen zum Essen."
Anh học tiếng Việt để làm gì?
„Wozu lernst du die vietnamesische Sprache?"

ÜBUNG A

1. Sau khi về làng Bằng, Ngọc cùng Lễ sang làng La thăm ông bà Cả.
2. Thúy cũng cảm ngay Ngọc từ khi anh tới.
3. Tôi đã có chồng và trước khi lấy chồng tôi cũng đã yêu như anh yêu cô Thúy của anh.
4. Trong lúc anh đi tôi xin cam đoan không ra khỏi nhà.
5. Anh có tiền trả ngay tôi mới xuống, nếu không mời anh đi nơi khác.
6. Nếu cô muốn tôi sống thì từ đêm nay cho đến khi tôi về, cô không được đi ra khỏi nhà.
7. Thanh cũng làm theo lời Ngọc bảo, vì không có cách nào khác.
8. Vì Ngọc không bao giờ ra chợ cả nên Thúy lúc trở về lại buồn hơn lúc chưa đi, tuy biết là vô lý.
9. Khi anh về, tôi để một quả ngon nhất để anh ăn. Thôi tôi đi kẻo trễ.
10. Tuy hai người trẻ tuổi nằm ngủ cạnh nhau nhưng cả hai đều không nghĩ gì đến những điều thường tình.
11. Xin mời hai anh đi cho khỏi chậm trễ.
12. Các anh có giận tôi thì cứ giận, việc tôi phải nói tôi cứ nói.
13. Hai nhà chỉ cách (nhau) có một bức tường thấp, vì thế Tứ ngồi ở buồng ngày ngày được thấy Nga qua lại vườn bên kia.
14. Nghệ lại khỏe như thường, tuy (thế) vẫn phải đi chậm bước.
15. Anh nên cẩn thận, việc không thành thì từ nay về sau chắc không bao giờ gặp anh nữa.

VOKABELN

bởi (vì)	weil, wegen, auf Grund von, denn		(wenn) aber; Satzkonjunktion: [so, ohne, als] daß; um zu; und außerdem
buồng	Zimmer, Raum		
cho	damit, so daß		
cho nên	deshalb, deswegen; weshalb, weswegen	*nên*	das hat zur Folge, daß ...; daher, deshalb, deswegen, darum, folglich
có	Partikel der Bedingung		
cùng	(gemeinsam) mit; und	*nếu*	wenn, falls
dầu (mà)	wenn auch, selbst wenn	*sau khi/lúc*	nachdem
dầu thế	trotzdem	*tại*	weil, da, wegen, infolge von
đang khi/lúc	als, während		
để	um zu, damit	*thôi*	aufhören; *thôi!* Schluß!
giận	ärgerlich, zornig, wütend	*trong khi/lúc*	während, als
hễ	wenn, jedesmal wenn	*trước khi/lúc*	bevor
kẻo	damit nicht, daß nicht	*tuy (rằng/mà)*	obwohl, obgleich
khi	Zeitpunkt; wenn, als	*tuy thế*	trotzdem
khỏi	nicht verpflichtet sein, nicht notwendig sein, nicht brauchen	*từ khi/lúc*	seitdem
		tường	(Stein-, Ziegel-)Mauer, Wand
là	Satzkonjunktion: (wenn ...) dann	*vì*	weil, da, wegen
		vì thế	daher, deswegen
lúc	wenn, als	*vô*	nicht(s), kein, un-, -los; *vô lý* unvernünftig, absurd
mà	Partikel der Bedingung:		

ÜBUNG B (Lösung s. S. 184)

Ordnen Sie die (Teil-)Sätze jeweils durch Konjunktionen einander zu:

1. Ông ấy làm việc nhiều, ông ấy vẫn không giầu.
2. Tiếng Việt khó, tôi cũng học thiếng Việt.
3. Chị ấy không bảo tôi, tôi không biết.
4. Thi rồi, trước hết tôi sẽ sang thăm Việt Nam một chuyến.
5. Chị ấy không đến, anh ấy cũng không đến.
6. Anh có thể lấy xe hơi của tôi, ra phố, mua nước uống, nếu anh muốn.
7. Tại sao chị không lấy ghế, ngồi học, dễ chịu hơn?
8. Đúng, Tý không có một đồng xu nào cả, cái gì nó cũng muốn mua.
9. Bao giờ anh đến, ông ấy có (ở) nhà không?
10. Cái xe của anh đắt thế, ai mua? Anh bán rẻ hơn, tôi sẽ mua.

LÖSUNGEN

LÖSUNGEN

(nur unter Verwendung von vorangegangenen grammatischen Formen und Vokabeln)

Lösung 1: Übung B, S. 29

1. Đây là bàn. 2. Đây là ghế. 3. Đấy là báo. 4. Đấy là sách. 5. Đây là Hùng và đấy là Lan. 6. Lan là sinh viên. 7. Hùng và Lan là sinh viên. 8. Hùng đọc báo. 9. Lan đọc báo/sách. 10. Lan và Hùng làm việc.

Lösung 2: Übung B/I, S. 33

1. Hùng là một sinh viên. 2. Lan và Hùng là sinh viên. 3. Đây là một quyển từ điển. 4. Hùng mua quyển sách này. 5. Đây là táo và cam. 6. Lan ăn một quả táo. 7. Hùng đọc báo này. (≠ Hùng đọc tờ báo này.) 8. Hùng uống một cốc này. 9. Đây là sách. Quyển (sách) này là một quyển từ điển. 10. Ông ấy/đó là ông Khuyến.

Übung B/II, S. 33

1. Đây là bàn. (≠ Đây là cái bàn.) 2. Đây là một cái bàn. 3. Kia là chó. (≠ Kia là con chó.) 4. Kia là hai con chó. 5. Cái này là cái ghế. 6. Hùng đọc sách này. (≠ Hùng đọc quyển sách này.) 7. Lan mua một quyển từ điển. 8. Ông Khuyến mua một cái/chiếc xe. 9. Hùng uống một cốc. 10. Lan mua cốc này. (≠ Lan mua cái cốc này.)

Lösung 3: Übung B/II, S. 37

1. Hùng mua mười quyển sách. 2. Lan không mua báo. 3. Hùng không bán quyển từ điển. 4. Lan ăn một quả cam này. 5. Hùng không ăn hai quả táo. 6. Hùng đọc báo luôn. 7. Đây là một chiếc giầy. 8. Đây là cái cốc. 9. Ông Khuyến không phải là sinh viên. 10. Đấy không phải là hai con mèo.

Lösung 4: Übung B, S. 40

1. Bài này (có) phải là bài năm không? 2. [Ông, bà, cô, anh, chị] (có) phải là sinh viên không? 3. [Ông, bà, cô, anh, chị] (có) mua xe không? 4. [Ông, bà, cô, anh, chị] (có) hiểu tôi không? 5. Chúng tôi biết [ông, bà, cô, anh, chị]. [Ông, bà, cô, anh, chị] (có) biết chúng tôi không? 6. Tôi không ăn cơm. [Anh, chị, em] (có) ăn cơm không? 7. Ông Khuyến không phải là sinh viên. Ông ấy/ta là giáo viên. 8. Cô Lan không uống cà phê. Cô ấy/ta uống trà. 9. Hùng (có) bán quyển sách này không? – Không, anh ấy/ta không bán quyển sách đó. 10. Các [anh, chị, em] (có) ăn cam này không?

Lösung 5: Übung B, S. 44

1. Tôi không mua quyển từ điển của [anh, chị]. 2. Tôi không mua quyển từ điển này của [anh, chị]. 3. Tôi không mua quyển từ điển mỏng này của [anh, chị]. 4. Tôi không mua quyển từ điển nhỏ, mỏng này của [anh, chị]. 5. Tôi không mua quyển từ điển tiếng Việt, nhỏ, mỏng, cũ này của [anh, chị]. 6. Chị này (có) phải là chị của [anh, chị, em] không? 7. Người đàn ông lớn ấy/đó (có) phải là (ông) giáo viên mới của [anh, chị] không? 8. [Anh, chị] (có) biết ông giáo viên Việt Nam, nhỏ của chúng tôi không? 9. [Anh, chị] (có) biết bà giáo viên tiếng Đức, mới của chúng tôi không? 10. Em gái của tôi cũng học tiếng Việt.

Lösung 6: Übung B, S. 48

1. [Anh, chị] (có) học tiếng Việt không? 2. Tiếng Việt (có) khó lắm không? 3. Ông giáo viên tiếng Việt của [anh, chị] (có) phải là người Việt không? 4. Đây/Cái này (có) phải là cái cặp mới của [anh, chị] không? 5. Quyển từ điển tiếng Việt này (có) phải (là) của [anh, chị] không? 6. Cái bút chì mới này của [anh, chị] tốt không? 7. [Anh, chị] mua một cái xe mới hay một cái xe cũ? 8. Cái xe mới này của bố [anh, chị, em] (có) tốt không? 9. Em gái của [anh, chị, em] (có) lớn lắm không? 10. Bố [anh, chị, em] (có) bán cái xe cũ của ông ta không?

Lösung 7: Übung B, S. 53

1. Cô gái đẹp ấy/đó là ai? – Đấy/Đó là em gái của Kim. 2. Các anh này là ai? – Đấy/Đó là sinh viên của ông Khuyến. 3. Cái xe mới này của ai? – Nó của anh tôi. 4. Chúng ta học tiếng gì? – Chúng ta học tiếng Việt. 5. [Anh, chị] mua những quả gì? – Tôi mua cam và táo. 6. Bài sáu có bao nhiêu/mấy từ mới? – Bài sáu có hai mươi từ mới. 7. [Anh, chị] có bao nhiêu/mấy quyển từ điển tiếng Việt? 8. [Anh, chị] nói tiếng Việt không? 9. [Anh, chị] có những bao nhiêu anh chị em? 10. Ba lần năm là mấy/bao nhiêu, và mười cộng mười một? – Ba lần năm là mười lăm, và mười cộng mười một là hai mươi mốt.

Lösung 8: Übung B/II, S. 58

1. Hút thuốc nhiều không tốt. 2. Đi xem phim, vui. 3. [Ông, bà] muốn nói chuyện với ai? 4. Ông giáo viên tiếng Việt của [anh, chị] tên là gì? 5. [Anh, chị] (có) biết người (đàn ông) chụp ảnh ấy/đó không? 6. Sự biết của anh ấy/ta lớn lắm. 7. Việc tập nói tiếng Việt của chúng tôi vui.

Lösung 9: Übung B, S. 62

1. [Anh, chị] (có) muốn (rằng) chúng ta cùng đi ăn cơm không? 2. [Anh, chị] (có) biết (rằng) ông Khuyến làm gì không? 3. Một gia đình có năm con (có) thường không? 4. [Anh, chị] học tiếng Việt (có) vui không? 5. (Có) phải hôm nay [anh, chị] đi xem phim không? 6. (Có) phải cái bút bi (của/mà) [anh, chị] muốn mua giá hai DM không? 7. (Có) phải [anh, chị] có rất nhiều tiền không? 8. (Có) phải gia đình (của) [anh, chị] không ở Hamburg không? 9. [Anh, chị] nói (rằng) tôi không hiểu

tiếng (mà) [anh, chị] nói, (có) phải không? 10. Tiếng (mà) các [anh, chị] cùng học (có) dễ không?

Lösung 10: Übung B, S. 66
1a. (nicht möglich). 1b. (Có) phải người mua xe của bố tôi không phải là ông Minh không? 1c. Người mua xe của bố tôi không phải là ông Minh à/sao? 2a. Anh ấy có hy vọng (rằng) ngày mai trời không mưa không? 2b. (Có) phải anh ấy hy vọng (rằng) ngày mai trời không mưa không? 2c. Anh ấy hy vọng (rằng) ngày mai trời không mưa à/chăng? 3a. Chị ấy (có) muốn (rằng) ngày mai chúng ta cùng đi thư viện không? 3b. (Có) phải chị ấy muốn (rằng) ngày mai chúng ta cùng đi thư viện không? 3c. Chị ấy muốn (rằng) ngày mai chúng ta cùng đi thư viện à? 4a. Ở nhà (có) buồn không? 4b. (Có) phải ở nhà buồn không? 4c. Ở nhà buồn à/sao/nhỉ/chăng? 5a. Nhà (của) cô Kim (có) ở gần nhà (của) [anh, chị] không? 5b. (Có) phải nhà (của) cô Kim ở gần nhà (của) [anh, chị] không? 5c. Nhà (của) cô Kim ở gần nhà (của) [anh, chị] à?

Lösung 11: Übung B, S. 70
1. Ông Khuyến dạy gì ở đại học? – Ông (ấy/ta) dạy tiếng Việt ở đấy/đó. 2. [Anh, chị] có sách tiếng Việt ở đây không? – Không, quyển sách tiếng Việt của tôi không có ở đây. 3. Cái xe ở đường kia kìa có phải (là) của [anh, chị] không? – Không, cái xe ấy đấy không phải (là cái xe) của tôi. 4. [Anh, chị] thường mua sách ở đâu? – Tôi thường mua (sách) ở tiệm (sách) (ở) đường đại học. 5. Trưa hôm nay [anh, chị] đi ăn (ở) đâu? – Trưa hôm nay tôi đi ăn (ở/tại) quán (ăn) sinh viên.

Lösung 12: Übung B, S. 74
1. Cái cặp sách của [anh, chị] ở trên ghế kia (kìa). 2. Quyển sách (ở) trên của tôi, quyển (sách) (ở) dưới của [anh, chị]. 3. Phòng học của chúng tôi ở giữa tầng này đây. 4. (Ở) bên trái thư viện có một tiệm sách rất lớn. 5. Ở trong có người. 6. (Ở) dưới bàn không có sách. 7. [Anh, chị] muốn ngồi (ở) bên trái hay (ở) bên phải tôi? 8. (Ở) trong phòng (mà) [anh, chị] ngồi có từ điển không?

Lösung 13: Übung B, S. 78
1. Mẹ đi chợ bây giờ. Lan, con (có) theo mẹ đi (chợ) không? 2. Ai giúp/thay tôi đi lấy ghế? 3. [Anh, chị] (có) thường giúp mẹ đi chợ mua đồ ăn không? 4. Bố tôi bệnh, không đi làm hôm nay. 5. Ông ấy bệnh, không tiếp khách. 6. [Anh, chị] không đi xe đi học, phải không?/[Anh, chị] không đi học bằng xe, phải không? 7. [Anh, chị] sinh tại đâu, hiện (nay) ở đâu, làm gì? 8. [Anh, chị] ở nhà đến, phải không? – Không, tôi ở thư viện đến. 9. Ở đây có đồ uống không? Ở đây không có đồ uống sao?

Lösung 14: Übung B, S. 83
1. [Anh, chị] (đã) học tiếng Việt chưa? 2. [Anh, chị] (đã) ăn sáng chưa? 3. [Anh, chị] sắp lên đường đi thư viện chưa? 4. Bố [anh, chị] sắp mua một cái xe mới và lớn, phải không? 5. [Anh, chị] vừa nói gì? 6. Tôi chưa hiểu anh ấy muốn gì. 7. Ngày mai trời

đẹp chăng? 8. Bao giờ [anh, chị] bắt đầu làm bài tập hôm nay? 9. Chiều hôm nay [anh, chị] đã làm bài tập này chưa? 10. Sáng (ngày) mai tôi lấy máy bay từ Frankfurt đi Việt Nam.

Lösung 15: Übung B, S. 87
1. Chiều hôm qua tôi đang sắp làm bài tập, anh Thành bạn của tôi đến. 2. Tôi làm bài tập đã, rồi mới đi chơi với anh ta. 3. Chúng tôi đi xem phim, rồi đi dạo, rồi ăn tại một tiệm (ăn/cơm) Việt Nam. 4. Cuốn phim (ấy) vừa dài vừa dở. 5. Tiệm ăn/cơm (ấy) vừa ngon vừa vui. 6. Chúng tôi vừa lên đường về nhà, trời bắt đầu mưa. 7. Chúng tôi lấy tắc xi về nhà anh ấy, rồi về nhà tôi.

Lösung 16: Übung B, S. 91
1. Tôi biết bơi; chúng ta có thể đi bơi. 2. Bây giờ tôi không thể lái xe; chúng ta phải lấy tắc xi. 3. Tôi hiểu tiếng Việt; ông có thể nói tiếng Việt. 4. Ở đây được hút thuốc; chúng ta có thể hút (thuốc). 5. Tôi vừa định đi dạo, anh ấy đến. 6. Ngày mai [anh, chị] có phải đi làm không? Tôi ngày mai không phải đi làm. 7. Thầy nói (rằng) chúng ta không nên dùng quyển từ điển này; nó dở lắm. 8. Có thể (là) anh ấy không thích ăn cơm không? 9. Không thể (là) anh ấy không gắng sức giúp [chị, anh]. 10. Chúng ta nên im lặng (và) chú ý nghe thầy giáo.

Lösung 17: Übung B, S. 95
1. Quyển/Cuốn truyện dở chết này tôi không đọc. 2. Người đàn ông đang ngồi đọc báo ở kia/đó tôi quen. 3. Những quyển sách nào của ông ấy [anh, chị] đã đọc rồi? 4. Tất cả các quyển sách của ông ấy mà tôi đã mua tôi đã đọc rồi. 5. Hôm nay trời nóng ghê/dữ; tôi đi bơi bây giờ. 6. Hôm qua trời thế nào? – Hôm qua trời rất xấu, xấu tôi đến có thể bệnh. 7. Mẹ (đã) đang đợi chúng ta ở nhà rồi; chúng ta nên lấy tắc xi về nhà cho nhanh. 8. Tôi biết tiếng Việt; chúng ta có thể nói chuyện bằng tiếng Việt.

Lösung 18: Übung B, S. 99
1. Ai đã tặng (cho) [anh, chị, em] cái bút máy đẹp này? 2. [Ông, bà] mua cái bàn này cho ai? Nó đẹp ghê! 3. Tôi không biết (rằng) (tôi) đã viết bao nhiêu cái thư cho [anh, ông] ấy/ta rồi. 4. Ông chủ của [anh, chị] đã trả lời cho [anh, chị] chưa? 5. [Anh, chị] (đã) gọi giây nói cho ông Khuyến giúp/giùm tôi chưa? Ông ấy/ta có nói (rằng) ngày mai ông (ấy/ta) sẽ đến không? 6. Tôi sẽ đưa cái quà này cho cô bạn của [anh, chị] giúp/giùm [anh, chị]. 7. [Anh, chị] (có) muốn (rằng) tôi cho [anh, chị] mượn cái xe này của tôi không? 8. Bao giờ [anh, chị] trả tôi tiền (mà) [anh, chị] đã vay/mượn (của) tôi? 9. [Ông, bà] (có) cho thuê cái nhà này không? 10. (Có) phải đây là quyển/cuốn từ điển (mà/của) bố [anh, chị] đã gửi cho [anh, chị] hôm qua không? Nó dày ghê/dữ nhỉ?

Lösung 19: Übung B, S. 103
1. [Anh, chị] (có) thấy quyển/cuốn từ điển của tôi (ở) đâu không? Tôi tìm nó. 2. Ai đã

lấy mất tờ báo của tôi? Tôi chưa đọc xong (nó). 3. [Ông, anh] ấy đã uống hết nước táo rồi. [Bà, cô] có thể cho [ông, anh] ta một cốc nữa không? 4. [Anh, chị] đã tìm được/ra/thấy địa chỉ của ông Minh cho/giúp/giùm tôi chưa? 5. Em trai của [anh, chị] muốn thành gì? Nó muốn học thành gì? 6. Tôi chưa giỏi tiếng Việt. Tôi sẽ học (nó) cho giỏi. 7. [Anh, chị] (có) cảm thấy mệt dữ lắm không? 8. Bao giờ [anh, chị] học ra/ thành/xong giáo viên?

Lösung 20: Übung B, S. 107
1. [Anh, chị] ở/từ đâu đến/tới/lại? 2. [Anh, chị] đi gì đi học/đi học bằng gì? 3. Bố [anh, chị] đi làm về, phải không? 4. Anh có thể vào thư viện lấy hai cái ghế ra đây không?/Anh có thể vào thư viện lấy ra đây hai cái ghế không? 5. Anh có thể đem cái bàn này xuống tầng dưới không?/Anh có thể đem xuống tầng dưới cái bàn này không? 6. Đứa trẻ/nhỏ kia muốn qua/sang đường. Chị có thể qua/sang đó đem nó qua/ sang bên này không? 7. Tôi đã gửi tiền đến nhà cho chị. Tiền đã đến chưa? 8. Ngày mai tôi trả lại chị quyển sách của chị, được không? 9. Không thể (là) tôi không nghĩ đến [anh, chị]. 10. Hôm nay bao giờ anh đi học về?

Lösung 21: Übung B, S. 111
1. Cái gói này nặng quá, tôi không mang (nó) đến bưu điện được. 2. [Bà, cô] đã cho tôi nhiều cơm quá, tôi không ăn hết được. 3. Tôi nói nhanh được, không chạy nhanh được. 4. Anh ấy lại bệnh, không đến được. Chị ấy đến thôi. 5. Anh ấy không đến, cũng được. Chị ấy không đến, không được. 6. [Anh, chị] (có thể) đem/mang trả lại thư viện các quyển sách này giúp/giùm giáo viên của chúng ta được không? 7. Chiều hôm nay [anh, chị] (có thể) gọi điện thoại/giây nói lại cho tôi được không? 8. [Anh, chị] (có thể) lái xe đến trước của được không? 9. Tôi không vào được.

Lösung 22: Übung B, S. 115
1. Ông chủ tôi hôm nay không (có) ở đây. Xin [ông, bà, cô] ngày mai trở lại! 2. (Hãy) ngủ đi, con! (Hãy) ngủ đi! 3. Xin cô cho tôi một tờ giấy! 4. [Anh, chị] hãy vào thư viện làm việc ở đó! 5. Tôi có thể xin [anh, chị] một cốc trà nữa không? 6. Các [anh, chị, em] hãy im lặng nghe nhạc! 7. Đang (có/là) giờ học, [anh, chị, em] chố/ đừng vào! 8. Xin [ông, bà, cô] chố/đừng hút thuốc nhiều, không tốt! 9. Xin [ông, bà, cô] (hãy/cứ) vào (đi)! 10. Tý, đừng đứng đấy/đó!

Lösung 23: Übung B, S. 118
1. Minh có được Lan yêu không? 2. Xe đã do bố anh bán chưa?/ Xe của bố anh đã bán chưa? 3. Chị muốn được tôi mời chiều hôm nay đi xem phim không? 4. Tin tôi sắp lấy chồng do ai loan đi? 5. Tất cả các cái ghế đã do chúng tôi đem vào lớp rồi. 6. Tý chỉ thích đá bóng bị mẹ mắng. 7. Tôi bị người ta phê bình thế nào? 8. Nhà đã do bà cho thuê được chưa?/Nhà của bà đã cho thuê được chưa? 9. Chị sẽ được anh ấy đưa về cho tới nhà. 10. Việc ấy có thể do tôi làm giúp anh được.

Lösung 24: Übung B, S. 123

1. [Ông, bà] (hãy) đến thăm tôi một lần đi! 2. Bây giờ tôi phải đi ngủ một giấc/cái. 3. Xin bấm (chuông) ba tiếng! 4. [Anh, chị] có thể xem xem ai đã bấm chuông không? 5. Ông ấy đã đánh con một trận. 6. Bố tôi đã đi/sang Trung Hoa ba chuyến/lần/bận tất cả. 7. [Ông, bà] muốn mua gì? – Táo này tôi muốn (mua) mười quả. 8. Hoa này xin [bà, cô] (bán) cho tôi mười hai cái. 9. Con gái [bà, chị] ấy/ta có những bốn đứa. 10. Mèo chúng tôi chỉ có một con.

Lösung 25: Übung B, S. 127

1. [Bà, chị] ấy mua ghế cái cái một/từng cái một. 2. Cứ ba mươi sinh viên (là) hai người có xe. Cứ ba sinh viên (có/là) một người hút thuốc. 3. Anh ấy tìm đi tìm lại không được một cái phòng rẻ. 4. Đứa trẻ cười cười khóc khóc. 5. Anh ấy nói đi nói lại (có) một câu. 6. Chị ấy lắc lắc đầu ba cái. 7. Cô Lan ngày ngày/mỗi ngày một đẹp lên/ra. 8. Ngày ngày/Mỗi ngày tôi đi dạo một lần. 9. Sinh viên (của) chúng tôi người người biết nói tiếng Việt. 10. Các [ông, bà, cô] có thể vào (từng) ba người một.

Lösung 26: Übung B, S. 130

1. Con mèo của chị ấy bệnh, chị ta buồn buồn. 2. Hôm nay ông ấy có vẻ khó khó tính; [anh, chị] không nên gặp ông ta. 3. Tôi không uống nhiều cà phê; xin chị cho tôi ít ít thôi! 4. Từ nhà [anh, chị] đến đại học (có) xa không? – Dạ, xa xa. 5. [Ông, anh] ấy có vẻ mệt mã và nói chậm chạp. 6. Trời ấm ấm lạnh lạnh, mưa mưa nắng nắng. 7. Chị ấy (có) kể cho tôi (nghe) một câu chuyện vui vui buồn buồn. 8. Cái phòng (của/mà) tôi thuê sạch sẽ và sáng sủa. 9. (Hai con) mắt của chị ấy nhỏ nhỏ.

Lösung 27: Übung B, S. 135

4. Một trăm lần một trăm là bao nhiêu? – Một vạn/Mười nghìn. 5. Cái vườn này có (một) diện tích (là) một nghìn thước vuông. 6. Bà có thể cho tôi nửa cốc trà không? 7. Tôi muốn mua một kí (lô) rưỡi táo mười đồng rưỡi một kí. 8. Nước này chỉ có một triệu rưỡi dân cư. 9. Cái/Con đường này dài bao nhiêu? – Nó dài mười lăm cây số. 10. Cái thư viện mới cao bao nhiêu?

Lösung 28: Übung B, S. 139

1. Viện Á Đông ở tầng mười hai; [anh, chị] có thể lấy thang máy lên. 2. Xin [ông, bà, cô] cho tôi hai vé hạng nhì đi Paris! 3. Ngày cuối tháng này là thứ mấy? 4. [Anh, chị] sinh bao giờ? 5. [Anh, chị] hôm nay lần đầu ăn ở tiệm này, phải không?/Hôm nay (là) lần đầu [anh, chị] ăn ở tiệm này, phải không? – Không, tôi đã ăn ở đây nhiều lần rồi. 6. Chủ nhật này [anh, chị] làm gì? – Tôi sẽ ngủ một lần thật lâu. 7. [Anh, chị] về đến nhà (rồi) sẽ làm gì trước hết/nhất? 8. Tý là đứa con thứ mấy của bà ấy? 9. Hôm nay (là) mười ba và (là) thứ sáu, tôi ở nhà.

Lösung 29: Übung B, S. 144

1. Đồng hồ [anh, chị] bây giờ (là) mấy giờ (rồi)? – Mười giờ quá ba phút. 2. Mấy

giờ [anh, chị] đi quán sinh viên ăn cơm? Bây giờ (đã) (là) mười hai giờ kém hai phút rồi. 3. Xe lửa khởi hành bao giờ (rồi)? – Thưa bà, lúc ba giờ hai mươi mốt phút, trước đây đúng hai phút rưỡi. 4. Năm nay bao giờ [anh, chị] đi nghỉ? – Giữa tháng bảy. 5. Trước đây mấy phút mẹ [anh, chị] (có) gọi điện thoại/giây nói đến đây; bà ấy nói (rằng) máy bay của bà sẽ khởi hành lức bốn giờ năm phút. 6. Bố tôi tối hôm nay mới về (nhà). [Ông, bà] có thể ngày mai trở lại không? 7. Từ hôm qua tôi không thấy cô Lan; cô ta bệnh chăng? 8. (Còn) năm phút nữa thư viện đóng cửa; chúng ta hãy đem trả sách cho nhanh! 9. (Còn) mấy ngày nữa bắt đầu mùa xuân?

Lösung 30: Übung B, S. 148
1. [Ông, bà] đã phải đợi tôi bao lâu rồi? Xin lỗi [ông, bà]! Tôi nhớ một chuyến (xe) buýt. 2. [Ông, cô] chỉ có thể thuê cái phòng này một năm thôi. Năm tới con trai tôi đi du học về, cần cái phòng. 3. Kỳ nghỉ hè này tôi sẽ làm việc một tháng ở/tại một xưởng giấy. 4. Tuần tuần/Mỗi tuần tôi đi bơi một lần ba giờ. 5. Đêm qua/trước ở khách sạn tôi chỉ ngủ (có) chừng/khoảng/độ hai giờ (đồng hồ). Cái phòng của tôi nhìn ra đường và ở ngoài xe chạy nhiều. 6. Bố mẹ tôi ở xa đây trên ba trăm cây số. Cứ ba bốn tuần tôi về thăm bố mẹ tôi một lần. 7. [Ông, bà, cô] đến trễ năm phút. Chuyến xe lửa của [ông, bà, cô] đã chạy mất rồi. Chuyến xe tới đi Hamburg sẽ khởi hành sau đây mười một phút. 8. [Anh, chị] (đã) học tiếng Việt bao lâu rồi? [Anh, chị] nói (tiếng Việt) hay thật!

Lösung 31: Übung B, S. 153
1. Tôi sinh tháng giêng (dương lịch). [Anh, chị] sinh tháng nào? – Tôi cũng sinh tháng giêng như [anh, chị]. 2. Ai cao nhất (trong) gia đình [anh, chị]? [Anh, chị] chăng? 3. Thưa bà, tôi không biết rõ bao giờ mẹ tôi sẽ về; tốt hơn, ngày mai bà trở lại. 4. Hai cái xe này (có) đắt bằng nhau không? – Không, cái (xe) xanh đắt hơn cái (xe) đỏ năm trăm đồng. 5. Ông (có) lấy tiền Đức không? Mấy đồng Việt Nam bằng một Đức Mã? – Thưa ông, hiện nay đồng Việt Nam cao hơn Đức Mã. 6. Cái bàn này hơi lớn quá. [Ông, bà, cô] có thể cho tôi một cái (bàn) khác nhỏ hơn không? 7. Trời hôm nay đẹp tuyệt. [Anh, chị] (có) biết bây giờ tôi thích làm gì nhất không? – Đi bơi ngay một cái, (có) đúng/phải không? 8. Bây giờ [anh, chị] đã tin (rằng) tiếng Việt không khó học hơn tiếng Pháp chưa? Tôi đã bảo [anh, chị] (điều đó) ngay từ lúc/ban đầu. 9. Tôi đã học ở nhiều đại học Đức khác nhau. 10. Tôi càng học càng cảm thấy dốt.

Lösung 32: Übung B, S. 158
1. Trưa hôm nay có ai đi ăn (ở) quán sinh viên không? – Ai đi, hôm nay tôi cũng không đi. 2. [Anh, chị] có thể làm gì cho/giúp tôi không? – Gì [anh, chị] muốn, tôi cũng làm cho/giúp. 3. Năm nay [anh, chị] đi nghỉ hè ở/tại đâu? – Gia đình tôi đi đâu, tôi đi đấy. Bố mẹ tôi chưa biết chúng tôi có đi đâu (hay) không. 4. Có thể nào chiều mai [anh, chị] sẽ không đến không? – Không, thế nào tôi cũng đến. 5. Năm qua/trước [anh, chị] có bệnh bao giờ không? – Không, năm qua/trước tôi không bệnh

bao giờ. 6. Chiếc xe hơi của tôi rất rẻ, [anh, chị] (có) mua không? – Chiếc xe hơi của [anh, chị] rẻ bao nhiêu tôi cũng không mua; nó chậm như sên.

Lösung 33: Übung B, S. 163
1. Đứa con trai trẻ nhất của bà ấy thì cũng đã hai mươi tuổi rồi. 2. Thứ mấy thì [anh, chị] có giờ/lớp học tiếng Việt? 3. Chiếc xe của [anh, chị] rẻ bao nhiêu thì tôi cũng không mua. 4. Bao lâu thì [anh, chị] có thể đợi/chờ được, nửa giờ hay lâu hơn 5. [Anh, chị] đi đâu thì tôi cũng không đi. 6. Tôi làm gì thì anh ấy/ta cũng không bằng lòng. 7. [Anh, chị] thích gì hơn, đi xem phim hay đi xem kịch? 8. Sau mấy khóa (học) sáu tháng thì chúng ta/tôi có thể đọc báo tiếng Việt được? 9. Không ai ăn; người/kẻ thì không đói, người/kẻ thì không có thì giờ. 10. Bao nhiêu thì là nhiều? Nhiều thì là bao nhiêu?

Lösung 34: Übung B, S. 167
1. [Anh, chị] ấy không nói nhiều nhưng làm rất nhiều; [anh, chị] ta thế nào cũng làm việc ấy cho/giúp [anh, chị]. 2. [Bà, chị, cô] ấy là người Nhật mà chưa sống ở Nhật bao giờ lâu hơn một tháng. 3. Tôi không đói mà cũng không có thì giờ đi ăn đâu! Các [anh, chị] đừng chờ/đợi tôi! 4. Hãng của [anh, chị] ấy không phải là (một) hãng Pháp mà là (một) hãng Đức. 5. [Anh, chị] cho (rằng/là) thư viện chiều hôm nay mở cửa à? Hôm nay (là) thứ bảy mà. Bao giờ mà thư viện mở cửa thứ bảy? 6. Chủ nhật này tôi mừng ngày sinh nhật của tôi. [Anh, chị] đến chứ? 7. Đứa trẻ không/chỉ giỏi mà còn/lại chăm (nữa). 8. Có bao giờ mà anh ấy không đến trễ không? Lần nào thì anh ta cũng đến trễ mà. 9. Chiếc xe của [anh, chị] chậm như sên thế mà tôi mua (nó) sao?

Lösung 35: Übung B, S. 173
1. Tuy ông ấy làm việc nhiều mà vẫn không giàu. 2. Dầu tiếng Việt (có) khó thì tôi cũng học. 3. Vì chị ấy không bảo (tôi) nên tôi không biết. 4. Sau khi thi rồi thì tôi sẽ sang thăm Việt Nam một chuyến/lần. 5. Nếu/Hễ chị ấy không đến thì/là anh ấy cũng không đến. 6. Anh có thể lấy xe hơi của tôi mà ra phố để mua nước uống, nếu anh muốn. 7. Tại sao chị không lấy ghế mà ngồi để học cho dễ chịu hơn? 8. Đúng, tuy Tý không có một đồng xu nào cả nhưng/mà cái gì (nó) cũng muốn mua. 9. Có bao giờ anh đến mà ông ấy có nhà không? 10. Cái xe của [anh, chị] mà đắt như thế thì ai mua? Nếu [anh, chị] bán (nó) rẻ hơn thì tôi sẽ mua (nó).

WORTREGISTER

WORTREGISTER

Die Zahlen verweisen auf die Lektion, in der das betreffende Wort erstmalig erscheint bzw. behandelt wird. Mehrere Zahlen hinter einem Wort verweisen auf seine weitere Verwendbarkeit.

A
à 10
Á Đông 11
ai 7, 32, 33
anh 4
ảnh 8

Ă
ăn 1
ăn ảnh 8

Â
âm lịch 28
ấm 26
ấy 2, 4, 6

B
ba (Nu) 3
ba (N) 9
bà 1, 4
bác sĩ 19
bài 1
ban 29
bàn 1
bán 3
bạn 14
bánh 4
bao 30
bao giờ 10, 32, 33
bao lâu 30, 32
bao nhiêu 7, 33
báo 1
bảo 18
bảo tàng 14
bay 13
bảy 3

bằng 13, 17, 33; (Adj/Adv) 31
bằng cách 13
bằng lòng 22
bắt đầu 14
bấm chuông 24
bận (Adj) 8; (N) 24
bật đèn 34
bây giờ 10
bấy giờ 28
bấy lâu 32
bấy nhiêu 32
bé 26
bên 12
bệnh 10
bi 5
bị 23
biết (V) 4; (MV) 16
bò 32
bóng 16
bóng đèn 34
bố 6
bốn 3
bỗng 15
bởi 16
bởi (vì) 35
bụi 8
buồn (Adj) 10; (MV) 16
buồn cười 16
buồn ngủ 16
buồng 35
bút 2
buýt 13
bữa 24
bức 31
bước 25
bưởi 33
bưu điện 20

C

cà phê 4
cả 32
các 4, 7
cách 13
cái (Kl) 2, 24; (N/Adj) 5
cam 1
cam đoan 19
cảm ơn 7
cảm thấy 19
càng 31
càng – càng 31
cạnh 12
cảnh binh 33
cao 27
cặp 6
cấm 21
cần 16
cẩn thận 21
câu 25
cây 2
cây số 27
cha 32
chào 7
chạp 28
chạy 20
chắc 11
chăm 15
chăm chú 26
chăn 27
chăng 10
chẳng 32
chậm 17
chậm chạp 26
chép 1
chết 17
chì 5
chị 4, 6
chỉ 7
chìa khóa 32
chiếc 2
chiến tranh 33
chiều 10
chiếu 10
chín 3
chịu 23
cho (V) 18, 22, 34; (Hw) 17, 19; (K) 35
cho nên 35

chó 2
chọn 25
chỗ 11
chồng 13
chở 22
chợ 9
chơi 12
chớp 31
chủ 18
chủ nhật 28
chúng 4, 5
chúng ta 4
chúng tôi 4
chuông 24
chụp ảnh 8
chuyến 24
chuyện 8
chứ (K) 34; (Pa) 9, 34
chữ 8
chưa 14
chữa 34
chức 11
chừng 30
có (V) 7, 11, 22; (Pa) 3, 24, 35
có lẽ 21
có lý 25
có nhà 33
có mặt 33
có thể 16
có vẻ 26
con (Kl) 2, 26; (N) 6
còn 14; 19
còn ... (thì) 33
cô 4
cố gắng 16
cốc 2
cộng 3
cơm 4
cũ 5
của (Hw) 5, 9; (N) 34
cùng (Adv) 9; (N) 28; (K) 35
cũng 3
cuối 12
cuốn 17
cứ 22, 25
cửa 11
cửa sổ 21
cướp 34

D
dạ 9
dài 17
dạo 14
dày 5
dạy 10
dăm 30
dân 27
dầu (mà) 35
dầu thế 35
dễ 6
dễ chịu 24
dịch 25
diện tích 27
do 23
dốt 15
dở 6
du học 25
dù 21
dùng 13
dữ 22
dừng 22
dưới 12
Dương Lịch 28

Đ
đá 16
đã 14
đã – còn 15
đã – rồi mới 15
đại học 11
đàn 22
đàn bà 5
đàn ông 5
đang 14
đang sắp 14
đang khi/lúc 35
đánh 23
đằng 12
đắng 26
đắt 25
đặt 21
đâu 11, 22, 33
đâu đâu 33
đầu 12, 28
đây 1, 11, 29
đấy 1, 11, 29; (Pa) 22
đầy 31

đem 20
đem theo 20
đen 19
đèn 34
đèn điện 34
đẹp 6
để (V) 18; (K) 35
đêm 27
đến (V) 13; (Hw/K) 13, 17, 19, 20, 29
đến nỗi 17
đều 25
đi (V) 8, 13; (KoV) 20, 21, 15; (Pa) 22
đi vắng 33
địa chỉ 19
điện 18
điện thoại 20
điều 19
điếu 30
định 16
đó 2, 11, 29; (Pa) 22
đỏ 19
đọc 1
đói 6
đón 31
đóng 13
đồ 13
độ 30
độc lập 33
đôi 32
đổi 23, 27
đông (N) 29
đông (Adj) 33
đồng 7
đồng hồ 28
đốt 34
đời 24
đợi 17
đủ 18
đũa 13
đúng 9
đúng giờ 32
đụng 32
đuôi 25
đưa 18
đứa 12
Đức 5
đực 5
đừng 22

đứng 11
được (V/MV) 16; (Hw) 23; (KoV) 19, 21
đường 10; 26

E
em 4

G
gái 5
gạo 25
gắng sức 16
gặp 15
gần 10
gật đầu 25
ghê 17
ghế 1
gì 7, 33
gia đình 9
giá 7, 27
giáo sư 4
giáo viên 4
giấc 24
giận 35
giầu 34
giây 29
giây nói 18
giầy 2
giấy 22
giêng 28
giỏi 15
giờ 8, 29
giùm 18
giúp 13, 18
giữa 12
gói 21
gọi 8
gọi là 8
gỗ 33
gửi 18

H
hà tiện 34
hai 2
hạng 28
hãng 28
hành khách 32
hào 27
hay (K) 4
hay (Adj) 6

hãy 22
hè 29
hễ 35
hết 17, 29
hết cả 31
hết sức 17
hiện (nay) 13
hiểu 4
ho 22
họ (N) 8
họ là 8
họ (PPr) 33
hoa 4
hòa bình 33
hoàn toàn 33
hoặc 28
học 1
hỏi 6
hồng 34
hôm 29
hôm kia 29
hôm nay 9
hôm qua 10
hơi 26
hơn 30, 31
hơn cả 31
hơn hết 31
hơn kém 30
hút 4, 8
hút thuốc 4
hy vọng 10

I
im lặng 16
in 30
ít 7

K
kẻ 33
kém 29
kẻo 35
kể 26
kết bạn 15
khá 26
khác 31
khác nhau 31
khác thường 31
khách 13

khách sạn 30
Khái Hưng 17
khen 23
khi 35
khó 6
khó khăn 26
khóa (V/N) 22
khóa (N) 29
khoảng 30
khóc 17
khỏe 15
khói 32
khởi 21
không 3; 27
không ... cho lắm 23
không những — mà/lại còn 34
không thể 16
khởi hành 29
kí (lô) 7
kia 2; 11; (Pa) 22
kịch 15
kiếm 30
kính 21
kịp 26
kỳ 30

L
là (Kopula) 1, 5, 8, 28; (Pa) 33; (K) 35
lái 16
lại (V) 20; (KoV) 21, 25; (Adv) 21, 34
làm 9
làm bạn 19
làm gì 33
làm sao 32
làm việc 1
lạnh 15
làng 33
lau 24
lắc đầu 25
lăm 3
lắm 6
lần 3, 24
lâu 30
lấy (V) 13; (KoV) 31
lấy làm 34
lẽ 27
lên (V) 14; (KoV) 20, 21, 25
lên đường 14

linh 27
lo 20
loan 23
lòng 34
lỗi 23
lớn 5
lớp 22
lúc 29, 35
lúc ấy 29
lúc này 29
luôn 3
lừa 23
lửa 14
lười 16

M
mà (Pa) 9, 34; (K) 34, 35
má 9
mai 10
mãi 21
mắng 21
mạnh 15
mày 5
máy 8
máy ảnh 8
máy bay 13
máy chữ 8
mang 23
mắt 26
mặt 12
mất 19
mất giá 25
mấy 7
mẹ 6
mèo 2
mệt 19
mệt mã 26
miệng 26
mọi 25
món 24
mong 20
mỏng 5
mỗi 24
mồng 28
mốt 3
một 3
một ít 7, 31
mơ 24

mở 13
mời 22
mới (Adj) 5
mới (Adv) 14, 15, 21
mới mẻ 8
mua 1
mùa 29
muốn 8, 16
mưa 9
mức 31
mừng 18
mười 3, 30
mười 3
mượn 18

N
nam 5
nạn 23
nào (Pr) 7, 32, 33; (Pa) 22
nay 29
này 2, 29
năm 3
nắng 9
nặng 6
nẩy 32
nên (MV) 16; (KoV) 19; (K) 35
nếu 35
ngã 31
ngã tư 32
ngay 22
ngày 27
ngày kia 29
ngắn 17
nghe 13
nghèo 17
nghi 25
nghỉ 14
nghĩ 20
nghĩa là 8
nghìn 27
ngoài 12
ngoại ô 33
ngon 6
ngót 30
ngọt 7
ngồi 11
ngu 32
ngủ 15

người 2
người ta 17
nhà 9
nhá 22
nhạc 13
nhanh 17
nhau 31
nhận 23
nhất 28, 31
Nhật (Bản) 34
nhẹ 6
nhì 28
nhỉ 10
nhiều 7, 17, 31
nhìn 20
nhỏ 5
nhỏ bé 26
nhờ 18, 22
nhỡ 30
như 31
như nhau 31
như thường 31
nhưng 34
những 7, 25
nó 5
nói 6
nói chuyện 8
nóng 15
nổi 32
nơi 20
nữ 5
nửa 27
nữa 7
nước 12
nước 23

Ô
ông 2, 4

Ở
ở (V) 8; (Hw) 11

P
phải (Adv) 3, 4, 5, 9
phải (bên phải) 12
phải (MV) 16; (KoV) 19
Pháp 14
phạt 23

phân 31
phân biệt 19
phần 27
phẩy 27
phê bình 23
phía 12
phim 8
phòng 12
phố 14
phục 17

Q
qua 20, 29
quà 18
quá (Adv) 20
quá (V) 29
quả 2
quán (quán ăn) 11
quân 23
quen 4
quên 18
quyển 2

R
ra (V) 19; *(KoV)* 19, 20
ra đi 21
rảnh 8
rạp 10
rằm 28
rằng 9
rất 6
rẻ 19
rõ 21
rồi 14, 15
rùa 31
rưởi 27
rưỡi 27

S
sách 1
sạch 19
sạch sẽ 26
sang 20
sáng 14
sáng sủa 26
sao 10
sau 12, 29
sau đây 29
sau đó 29

sau hết 28
sau khi/lúc 35
sáu 3
sắp 14
sân 12
sẽ 14
sên 31
sinh 13
sinh nhật 18
so 31
số 3, 10
sống 24
sợ 17
sở 21
sớm 17
suốt 20
sự 8
sức 16

T
ta 4
tai nạn 23
tại 11
tại (vì) 35
tại chỗ 11
tại chức 11
tại sao 13
tám 3
tao 5
táo 1
tát 24
tay 12
tặng 18
tắt 34
tầng 12
tập 8
tất cả 17, 24
tem 29
tên 8
tên là 8
Tết 28
thang 28
tháng 28
thanh niên 7
thành 19
thành phố 14
thay 13
thăm 10

thắng 24
thấp 34
thật 17
thầy (giáo) 8
thấy 19
theo 13
thế 17
thế thì 35
thế nào 17
thể dục 25
thêm 26
thi 29
thì (Pa) 33; (K) 35
thì giờ 29
thích 16
thiếu 34
thôi 7; 35
thông minh 34
thợ 9
thu 29
thua 23
thuê 18
thuốc 4
thư 16
thứ 28
thưa 4
thước 27
thương 20
thường 9
thưởng 23
tiệm 11
tiền 7
tiền lẻ 27
tiếng 5, 20, 24
tiếp 13
tiêu 17
tìm 19
tin 18
tính 25
to 26
toàn 33
toàn những 33
tôi 2
tối 14
tốt 6
tờ 2
tới 20
trà 4

trả 18
trả lời 18
trả tiền 18
trai 5
trái (bên trái) 12
tranh 31
trao 18
trăm 27
trận 24
trẻ 12
trẻ con 12
trễ 29
trên 12
trên dưới 30
triệu 27
trọ 30
trong 12
trong khi/lúc 35
trong vòng 30
trở 21
trở lại 21
trời 9
Trung Hoa 11
truyện 17
trưa 10
Trưng 10
trứng 6
trước 12, 28
trước đây 29
trước đó 29
trước hết 28
trước khi/lúc 35
trường (học) 20
tuần (lễ) 29
tuổi 15
tuy 35
tuy thế 35
tuyệt 31
tứ 28
từ (N) 7
từ ... đến 13
từ điển 2
từ khi/lúc 35
tự 31
tự do 33
từng 25
tưởng 35

U
uống 2

Ư
ư 10
ưa (thích) 25
ức 27

V
và 1
vai 24
vài 30
vạn 27
vào 20
vay 18
văn 26
văn hóa 30
vắng 33
vắng mặt 33
vẫn 15
vâng 9
vật 2
vậy 13
vé 21
vẻ 26
về (V) 10; 20, 26
vì 35
vì thế 35
việc 1
viện 11
viện trưởng 11
viết 8
Việt (Nam) 5
voi 31
vòng 24

vô 35
vô lý 35
vỗ 24
vội 16
vợ 13
với 8, 19
vui 8
vui vẻ 26
vuông 27
vừa (Adv) 14
vừa – vừa 15
vừa (V) 32
vườn 22

X
xa 10
xanh 19
xấu 6
xảy ra 32
xe 2
xe hơi 32
xe lửa 14
xem (V) 8; (KoV) 24
xin 22
xin lỗi 22
xinh 11
xong 19
xu 27
xuân 29
xuống (V) 20; (KoV) 20, 25
xưởng 30

Y
yên lặng 22
yêu 23
yếu 20

LITERATURVERZEICHNIS

Ausgewählte Werke zur vietnamesischen Sprache

Bùi Đức Tịnh: *Văn phạm Việt Nam* (Vietnamesische Grammatik), Saigon 1952.
Cadière, L. M.: *Syntaxe de la langue vietnamienne*, Paris 1958.
Đái Xuân Ninh, *Hoạt động của từ tiếng Việt* (Die Aktivität des Wortes im Vietnamesischen), Hanoi 1978.
Đào Duy Anh: *Chữ nôm. Nguồn gốc, cấu tạo, diễn biến*, Hanoi 1976.
De Francis, J., *Colonialism and Language Policy in Viet Nam*, The Hague–Paris–New York 1977.
Dương Thanh Bình: *A tagmemic Comparison of the Structure of English and Vietnamese Sentences*, The Hague 1971.
Emmeneau, M. B.: *Studies in Vietnamese (Annamese) Grammar*, Berkeley–Los Angeles 1951.
Hoàng Phê: *Từ Điển Chính Tả*, Hanoi 1995.
Hoàng Phê: *Từ Điển Tiếng Việt*, Hanoi 1988.
Kuhn, Wilfried: *Untersuchungen zum Problem der seriellen Verben. Vorüberlegungen zu ihrer Grammatik und exemplarische Analyse des Vietnamesischen*, Tübingen 1990.
Nguyễn Đăng Liêm: *A contrastive Analysis of English and Vietnamese*, Canberra 1966.
–: *Vietnamese Grammar: A Combined Tagmemic and Transformational Approach*, Canberra 1969.
Nguyễn Đình Hòa: *Colloquial Vietnamese*, Carbondale, Ill. 1971.
Nguyễn Kim Thản: *Nghiên cứu về ngữ pháp tiếng Việt* (Studien zur vietnamesischen Grammatik), I–II, Hanoi 1963–1964.
Nguyễn Phú Phong: *Le syntagme verbal en vietnamien*, La Haye–Paris 1976.
Nguyễn Tài Cẩn: *Từ loại danh từ trong tiếng Việt hiện đại* (Das Substantiv im Gegenwartsvietnamesischen), Hanoi 1975.
Thompson, L.: *A Vietnamese Grammar*, Seattle 1965.
Trần Trọng Kim u. a.: *Việt Nam Văn Phạm* (Vietnamesische Grammatik), Hanoi 1943.
Trương Vĩnh Ký: *Abrégé de la grammaire annamite*, Saigon 1868.
Trương Văn Chình/Nguyễn Hiến Lê: *Khảo luận về Ngữ Pháp Việt Nam* (Studien zur vietnamesischen Grammatik), Saigon 1963.
Trương Văn Chình: *Structure de la langue vietnamienne*, Paris 1970.
Văn Tân: *Từ điển tiếng Việt* (Wörterbuch der vietnamesischen Sprache), Hanoi ²1977.
Viện Văn Học: *Vấn đề cải tiến chữ quốc ngữ* (Über die Reform der vietnamesischen Schrift), Hanoi 1961.
Vu Duy Tu: *Der Beginn der christlich-europäischen Einflußnahme in Vietnam im 17. und 18. Jahrhundert*, Hamburg–Tokyo 1976.

Wörterbücher (in deutscher Sprache):

Boscher, W. und Phan Trung Liên: *Wörterbuch Vietnamesisch–Deutsch*, Leipzig 1978.
Hồ Gia Hường, Đỗ Ngoạn und W. Boscher: *Deutsch–Vietnamesisches Wörterbuch*, Leipzig 1964.
Karow, O.: *Vietnamesisch–Deutsches Wörterbuch*, Wiesbaden 1972.
Lê Đức Phúc: *Từ Điển Đức Việt. Deutsch-Vietnamesisches Wörterbuch*, Hanoi 1996.

Laotisch   Buske

Lehrbuch der laotischen Sprache
Von Sisouk Sayaseng und Boike Rehbein.
1997. XII, 133 Seiten.
ISBN 3-87548-163-1. Kartoniert.

Laotisch gehört zur Familie der Tai-Sprachen und ist außer in Laos als Amtssprache auch in Thailand weit verbreitet.

Zielgruppe
Anfänger ohne Vorkenntnisse, die Laotisch im Unterricht oder im Selbststudium erlernen wollen.

Lernziele
Alltagsgespräche führen; grundlegende Kenntnisse der Grammatik sowie der Schrift und Aussprache; einfache Texte lesen und verstehen.

Konzeption
Der Band beginnt mit einer systematischen Einführung in Schrift und Aussprache des Laotischen. Sodann werden in sieben einheitlich aufgebauten Lektionen der Grundwortschatz und die wichtigsten grammatischen Elemente vermittelt. Zahlreiche Übungen bieten die Möglichkeit zur Vertiefung des Stoffes; Lösungen erleichtern das Selbststudium.

Jede Lektion behandelt in Dialog- oder Textform ein Alltagsthema, ergänzt durch landeskundliche Informationen. Die praktische Ausrichtung des Buches erlaubt zum Beispiel auch Reisenden eine erste Annäherung an den alltäglichen Gebrauch dieser Sprache.

Bitte fordern Sie unser Gesamtverzeichnis an!

Helmut Buske Verlag · Richardstr. 47 · D-22081 Hamburg
buskepubl@aol.com · http://members.aol.com/buskepubl/Buske.htm